ANG SARAP NG SOUP, SABAW, AT BREAD COOKBOOK

100 Nakabubusog na Recipe na Magpapainit sa Iyong Puso at Tahanan

TERESA PASTOR

Copyright Material ©2023

Lahat ng Karapatan ay Nakalaan

Walang bahagi ng aklat na ito ang maaaring gamitin o ipadala sa anumang anyo o sa anumang paraan nang walang wastong nakasulat na pahintulot ng publisher at may-ari ng copyright, maliban sa mga maikling sipi na ginamit sa isang pagsusuri. Ang aklat na ito ay hindi dapat ituring na kapalit ng medikal, legal, o iba pang propesyonal na payo.

TALAAN NG MGA NILALAMAN

TALAAN NG MGA NILALAMAN 3
PANIMULA 6
SOUPS , CHOWDERS , AT BISQUES.. 8
    1. Masustansyang Isda Chowder 9
    2. New England Clam Chowder 11
    3. Thai Coconut Tomato Bisque 13
    4. Slow Cooker Shanghai-Style Beef Borscht 15
    5. Tuna Melt Chowder 17
    6. Gintong Patatas na Sopas 19
    7. Parsnip Winter Soup 21
    8. Gulay Noodle Soup 23
    9. Cheesy Meatball Soup 25
    10. sa Taglamig at Ham Chowder.. 27
    11. Turkey Chowder na may Swiss Chard 29
    12. Rueben Chowder 31
    13. Jalapeno na sopas na keso 33
    14. Shrimp at pumpkin chowder 35
    15. Shrimp Chowder 37
    16. Chowder ng Isda 40
    17. Sweet Potato Chowder 43
    18. Patatas na sopas na may pinausukang salmon na sarap 45
    19. Chicken at Cilantro Soup 47
    20. Lentil Chowder 49
    21. Button mushroom at ulang 52
    22. Quinoa Chowder 54
    23. Green Bean Chowder 56
    24. Patatas na Chowder 58
    25. Creamy salmon na sopas 61
    26. Turkey Chowder na may Swiss Chard 64
    27. Potato cheese na sopas na may salmon 66
    28. Spam Vegetable Soup na may Cheesy Croutons 68
    29. Hipon Soupy Rice 70
    30. Lobster Bouillabaisse 73
    31. Salmon Vegetable Chowder 76
    32. Irish smoked salmon summer soup 78
    33. Ginger-Cilantro Chicken Noodle Soup 80
    34. Pumpkin Bisque 83
    35. Lobster-Tomato Bisque 85
    36. Pinausukang prawn bisque 87
    37. Minestrone ni Nanay 89

38. Spam Broccoli Rice Soup 92
39. Vegan Minestrone kasama ang Miso Pesto 94
40. Miso Sopas 96
41. Bahagyang Beef Chili 98
42. Jewish Italian Chicken Noodle Soup 101
43. Clam, Shrimp, at Crab Chowder..104
44. Nilagang Brunswick 106
45. Gumbo 108
46. Shrimp Étouffée 111
47. Nilagang Oxtail 113

MGA BROTSH AT STOCKS 115

48. Sabaw ng Buto ng Isda 116
49. Sabaw ng Baka at Gulay 118
50. Sabaw Joumou sa Sabaw na palayok 120
51. Maaliwalas na sopas ng salmon 123
52. Beef Brisket at Tripe Broth 126
53. sabaw ng miso 128
54. Tonkotsu sabaw 130
55. Sabaw ng Ramen ng Baboy 135
56. Brown Beef Broth 137
57. Maanghang na Sabaw ng Tupa 139
58. Klasikong Sabaw ng Baka 141
59. Sabaw ng Baboy at Gulay 143
60. Beef Pepper Broth 145
61. Spicy Bone Broth with Greens 147
62. Sabaw ng kaligtasan sa sakit 149
63. Tonyu sabaw 151
64. Shoyu sabaw 153
65. sabaw ng shio 155
66. Sabaw ng Buto ng Manok 157
67. Manok ng kabute sabaw 159
68. Sabaw ng Turkey 161
69. Cauliflower Vichyssoise 163
70. Chicken Ginger Bone Broth 165
71. Asparagus Sabaw ng Manok 167
72. Mainit at Maasim na Sabaw 169
73. Tunay na Thai na Sabaw ng Gulay 171
74. Slow Cooker Split Pea Broth 173

MGA TINAPAY AT KASAMA 175

75. Mini Milk Bread Rolls 176
76. Focaccia-vegetarian 179
77. Focaccia al formaggio 181
78. Focaccia 183
79. Focaccia al formaggio 189
80. Focaccia al Rosmarino 191

81. HOMEMADE OYSTER CRACKERS	193
82. PANGUNAHING BAGUETTE	196
83. MGA BAGUETTE NG SOURDOUGH	200
84. PARISIAN BAGUETTE	202
85. CUBAN MEDIANOCHE BREAD	204
86. FOCACCIA AL BASILICO	207
87. TURKISH KANDIL SIMIDI	210
88. HONEY SPICE KAMUT BREAD	213
89. FRENCH MINI BREAD ROLLS	215
90. FRENCH BREAD ROLLS	218
91. GLUTEN-FREE MINI BAGUETTE	221
92. RUSTIC MINI BAGUETTES	225
93. FRESNO CHILE AT WHITE CHEDDAR CORNBREAD	228
94. MATAMIS NA TINAPAY NG MAIS	230
95. MGA HUSH PUPPIES	232
96. MGA WHEAT BUNS	234
97. KESO CORNBREAD	236
98. PANGUNAHING CORNBREAD	238

KONGKLUSYON 240

PANIMULA

Hakbang sa nakakaaliw na yakap ng "Ang sarap ng soup, sabaw, at bread cookbook" kung saan ang bawat page ay isang portal patungo sa isang culinary sanctuary—isang lugar kung saan ang transformative power ng isang comforting bowl ay nasa gitna ng entablado. Sa culinary haven na ito, ipinaaabot namin ang isang taos-pusong paanyaya, na humihimok sa iyo na hindi lamang bumasang mabuti sa mga recipe kundi isawsaw ang iyong sarili sa sining ng paggawa ng mga sopas, masaganang sabaw, at masaganang mga tinapay na higit sa larangan ng kabuhayan upang magpainit hindi lamang ng iyong katawan kundi pati na rin. ang pinakadiwa ng iyong tahanan.

Isipin ang symphony sa iyong kusina—ang maindayog na pagbulwak ng isang kumukulong kaldero, ang mabangong yakap ng isang umuusok na mangkok, at ang hindi mapaglabanan na aroma ng bagong lutong tinapay na umaalingawngaw sa hangin. Ang "Ang Bowlful" ay lumalampas sa karaniwang mga hangganan ng isang cookbook; ito ay isang odyssey—isang paglalakbay sa puso ng kaginhawahan, ang kaluluwa ng pagpapakain, at ang kagalakan na nagmula sa simple ngunit malalim na kasiyahan ng kusina.

Habang binubuklat mo ang mga pahina, isipin ang isang tapestry na nagbubukas—isang tapestry na hinabi na may mga lasa, texture, at nakagagalak na sandali na higit pa sa paglipat ng mga recipe. Dito, ang pagkilos ng pagluluto ay nagiging isang pagdiriwang ng tahanan, isang culinary narrative na nagbibigay buhay sa mga pinggan at, sa turn, sa mismong tela ng iyong pang-araw-araw na buhay.

Ang cookbook na ito ay isang ode sa init na nagmumula sa isang kumukulong kaldero, ang kasiyahang nakuha mula sa isang mahusay na minasa na masa, at ang kagalakan na likas sa pagbabahagi ng nakakaaliw na pagkain. Sa pagsisimula namin sa isang paglalakbay sa pamamagitan ng 100 nakabubusog na mga recipe, masusing ginawa nang may pag-iingat at tinimplahan ng pagmamahal, maghandang makisali sa isang pandama na ekspedisyon—isang pagbabagong karanasan na ginagawang isang pagdiriwang ng hindi pangkaraniwang gawain ang ordinaryong pagluluto.

Kaya, mahal na mambabasa, samahan kami sa culinary odyssey na ito kung saan ang mga bowl ay nagbabago sa mga sisidlan ng mga kuwento, at ang bawat kutsara ay nagiging isang kabanata sa patuloy na salaysay ng kaginhawahan at koneksyon. Nawa'y umalingawngaw ang iyong kusina sa magkatugmang symphony ng mga kumukulong kaldero, ang nakakaaliw na yakap ng mga umuusok na mangkok, at ang walang hanggang init ng pinagsamang sandali.

Narito ang paglalakbay, ang koneksyon, at ang kagalakan na makikita sa nakakabagbag-damdaming pagiging simple ng isang bowlful. Maligayang pagdating sa "Ang sarap ng soup, sabaw, at bread cookbook"—kung saan ang bawat recipe ay isang kuwento, at ang bawat pagkain ay isang pagdiriwang ng tahanan.

SOUPS , CHOWDERS , AT BISQUES

1. Masustansyang Isda Chowder

MGA INGREDIENTS:
- 1 libra fillet ng tilapia
- 1 libra dilaw na patatas
- 12 ounces karot
- 1 maliit na bungkos ng sariwang cilantro
- ½ tasang puting sibuyas, tinadtad
- 8 tasang Chicken Bone Broth (4 na karton)
- Langis ng oliba, asin at paminta
- 2 kutsarita ng Old Bay Seasoning
- Lemon wedges para sa paghahatid

MGA TAGUBILIN:

a) Painitin muna ang oven sa 350°F. I-thaw ang isda at patuyuin gamit ang isang tuwalya ng papel. I-brush ang isda na may langis ng oliba. Pagwiwisik ng isang dash ng asin at paminta sa bawat fillet.

b) Ilagay ang mga inihandang fish fillet sa isang baking dish nang walang overlap. Maghurno ng 14 minuto.

c) Habang nagluluto ang isda, magdagdag ng sabaw ng buto ng manok sa isang malaking kasirola at pakuluan nang mabilis.

d) Balatan at i-chop ang mga karot at patatas. Ilagay ang mga ito sa kumukulong sabaw ng buto, pagkatapos ay bawasan ang init sa medium-high. Takpan upang maluto ng 15 minuto o hanggang malambot ang mga gulay.

e) Maglipat ng mga gulay at sapat na sabaw sa isang blender, magdagdag ng cilantro at sibuyas, at timpla ng 10 segundo o hanggang makinis. Ngayon ay nakagawa ka na ng masustansyang chowder base.

f) Ibalik ang chowder base sa parehong kasirola.

g) Gumamit ng tinidor upang hatiin ang nilutong isda sa maliliit na piraso at ilipat ang mga piraso ng isda sa base ng chowder.

h) Magdagdag ng Old Bay Seasoning at haluing mabuti. Pakuluan ng 5 minuto pa sa katamtamang init.

i) Ihain na may isang piga ng lemon juice at toasted bread.

2. New England Clam Chowder

MGA INGREDIENTS:
- 6-7 hiwa ng bacon, gupitin sa maliliit na piraso
- 3 kutsarang harina
- 1 libra pula o dilaw na patatas
- 1 tasang mabigat na cream
- 1 katamtamang puting sibuyas, diced
- 1 tasa ng gatas, hinati
- 1 (10-oz) lata ng buong baby clams
- 1 tasang Chicken Bone Broth, hinati
- 2 tangkay ng kintsay, pinong tinadtad
- 3 kutsarang unsalted butter
- 1 kutsarita ng dill weed
- Asin at paminta para lumasa

MGA TAGUBILIN:
a) Sa isang katamtamang kasirola, lutuin ang bacon sa katamtamang init hanggang malutong. Haluin paminsan-minsan (mga 10 minuto).

b) Habang niluluto ang bacon, gumawa ng cream of celery Broth. Sa isang medium na kawali, matunaw ang mantikilya sa katamtamang init. Magdagdag ng ¼ tasa ng tinadtad na sibuyas at igisa hanggang mabango (3-5 minuto).

c) Magdagdag ng kintsay sa kawali; haluin at lutuin ng 2-3 minuto.

d) Budburan ng harina at igisa na may sibuyas at kintsay sa loob ng isang minuto o dalawa.

e) Ihalo ang ½ tasang buong gatas at ½ tasang sabaw ng manok. Dalhin sa kumulo at lutuin ng 5-8 minuto hanggang sa lumapot.

f) Habang ang cream ng celery Broth ay kumukulo, ang bacon ay dapat na handa na. Haluin ang natitirang bahagi ng sibuyas sa kasirola at lutuin hanggang sa translucent.

g) Idagdag ang juice mula sa tulya at ½ tasa ng sabaw ng manok, na sinusundan ng patatas. Takpan at lutuin sa katamtamang init hanggang sa lumambot ang patatas (mga 15-20 minuto). Haluin paminsan-minsan.

h) Habang nagluluto ang patatas, suriin at kumpletuhin ang cream ng celery Broth.

i) Kapag ang patatas ay tapos na, magdagdag ng mga tulya, cream ng celery Broth, ½ tasa ng gatas, mabigat na cream at dill weed. Haluin ang lahat nang pare-pareho at lutuin ang chowder sa medium-low heat para sa isa pang 5 minuto. Timplahan ng asin at paminta ayon sa panlasa. maglingkod.

3.Thai Coconut Tomato Bisque

MGA INGREDIENTS:
- 1 kutsarang langis ng niyog
- ½ katamtamang sibuyas, tinadtad
- 2 cloves ng bawang, tinadtad
- 2 kutsarita ng luya, gadgad
- 1 kutsarita ng tanglad, dinurog
- 2 (14 onsa) na lata ng diced na kamatis
- 1 (14 onsa) lata ng tomato sauce
- 2 ½ tasang Chicken Bone Broth
- 1 (14 onsa) lata na walang tamis na full-fat na gata ng niyog
- 1 kutsarita garam masala seasoning
- ½ kutsarita ng turmerik
- ¼ kutsarita ng nutmeg
- Sea salt at sariwang giniling na itim na paminta sa panlasa

MGA TAGUBILIN:

a) Init ang langis ng niyog sa isang malaking kaldero sa katamtamang init. Magdagdag ng sibuyas, bawang, luya, at tanglad sa tinunaw na mantika. Igisa ng 1 hanggang 2 minuto o hanggang ang sibuyas ay lumambot at naaninag.

b) Magdagdag ng diced tomatoes, tomato sauce, at sabaw. Kapag kumulo ang timpla, bawasan ang init sa mababang. Magdagdag ng natitirang mga sangkap, pukawin, takpan, at kumulo sa loob ng 15 minuto.

c) Ilipat ang mga nilalaman sa isang food processor at timpla hanggang sa isang magandang makinis na bisque. Ihain nang mainit.

4.Slow Cooker Shanghai-Style Beef Borscht

MGA INGREDIENTS:
- 2 kutsarang langis ng oliba
- 2 tasang Beef Bone Broth (1 karton)
- 2 kutsarang mantikilya
- 1 (6-oz) na lata ng tomato paste
- ¼ tasa ng all-purpose na harina
- 1 (14.5-oz) na lata ng diced na kamatis
- 1 katamtamang sibuyas, hiniwa
- 1 dahon ng bay
- 1 libra na nilagang karne ng baka
- 1 kutsarita ng asin
- 2 tangkay ng kintsay, tinadtad
- 2 kutsarang brown sugar
- 1 tasa ng karot, tinadtad
- ½ kutsarita ng ground black pepper
- 1 malaking russet na patatas, diced
- 3 tasa ng berdeng repolyo, hiniwa nang manipis
- 4 cloves na bawang, tinadtad
- Tinadtad na sariwang basil para sa dekorasyon

MGA TAGUBILIN:

a) Gumawa ng roux sa pamamagitan ng pagtunaw ng mantikilya na may langis ng oliba sa katamtamang init sa isang kawali. Kapag ang mantikilya ay ganap na natunaw, bawasan ang init sa mababang, magdagdag ng harina; haluin palagi hanggang sa maghalo at makinis ang timpla.

b) Magdagdag ng sibuyas sa roux; dagdagan ang init sa medium-high heat. Haluin hanggang ang sibuyas ay maayos na pinahiran at mabango; ilipat ang timpla sa mabagal na kusinilya.

c) Ilagay ang lahat ng iba pang sangkap maliban sa repolyo sa mabagal na kusinilya. Haluing mabuti, takpan, at lutuin sa mababang init sa loob ng 8 oras.

d) Magdagdag ng repolyo, ilipat ang slow cooker sa mataas na setting. Magluto ng karagdagang 30 minuto o hanggang sa lumambot ang repolyo.

e) Tikman at magdagdag ng higit pang asin o asukal kung nais. Ulam, palamutihan ng basil at ihain kasama ng paborito mong tinapay.

5.Tuna Melt Chowder

MGA INGREDIENTS:
- 0.75 ounces Mantikilya
- 12.50 ounces Mga sibuyas, puti, tinadtad
- 18.75 ounces Patatas, russet, binalatan, diced
- 1 ea. Cream Soup Base, 25.22 ounces bag, inihanda
- 1.25 lbs. Pinoprosesong American Cheese, cubed
- 2 lbs. Tuna sa langis pinatuyo
- Kung kinakailangan Kosher salt
- Kung kinakailangan Pepper
- Kung kinakailangan Tomato, tinadtad

MGA TAGUBILIN

a) Sa isang malaking stock pot, sa katamtamang init, matunaw ang mantikilya at igisa ang mga sibuyas. Igisa ang patatas sa loob ng 5 minuto. Magdagdag ng Cream Soup Base at keso sa kaldero. Bawasan sa mababang init, at kumulo hanggang sa lumambot ang patatas at matunaw ang keso. Idagdag ang tuna at lutuin ng karagdagang 10 minuto. Tikman at ayusin ang pampalasa.

b) Palamutihan ng kamatis.

6.Gintong Patatas na Sopas

MGA INGREDIENTS:
- 3 tasa ng peeled at cubed patatas
- ½ tasang tinadtad na kintsay
- ½ tasang tinadtad na sibuyas
- 1 cube chicken bouillon
- 1 tasang tubig
- 1 kutsarita ng tuyo na perehil
- ½ kutsarita ng asin
- 1 kurot ng ground black pepper
- 2 kutsarita ng all-purpose na harina
- 1 ½ tasa ng gatas
- 1 ½ tasang ginutay-gutay na American cheese
- 1 tasang tinadtad na hamon

MGA TAGUBILIN

a) Magdagdag ng parsley flakes, tubig, chicken bouillon, sibuyas, kintsay, at patatas sa isang malaking palayok. Timplahan ng paminta at asin, pagkatapos ay hayaang kumulo hanggang sa lumambot ang mga gulay.

b) Paghaluin ang gatas at harina sa isa pang mangkok. Kapag nahalo nang mabuti, idagdag ito sa pinaghalong sabaw, lutuin hanggang lumapot ang sabaw.

c) Haluin ang lutong ham o hamburger at keso, kumulo hanggang matunaw ang keso.

7.Parsnip Winter Soup

MGA INGREDIENTS:
- 1 ½ tasang dilaw na sibuyas – hiniwang manipis
- 1 tasang kintsay - hiniwang manipis
- 16 onsa sabaw ng gulay
- 3 tasang baby spinach
- 4 na tasang diced parsnips, binalatan at diced
- 1 kutsarang langis ng niyog
- ½ tasang gata ng niyog

INSTRUCTIONS :

a) Kumain ng mantika sa isang malaking kawali sa katamtamang init at lutuin ang mga sibuyas at kintsay .
b) Idagdag ang parsnips at sabaw at pakuluan.
c) Bawasan ang init sa mababang at takpan ng 20 minuto.
d) Idagdag ang spinach, ihalo nang mabuti upang pagsamahin, alisin mula sa init, at katas ang sopas sa maliliit na batch sa isang blender hanggang makinis.
e) Ilagay ang gata at ihain kaagad.

8.Gulay Noodle Soup

MGA INGREDIENTS:
- 3-½ tasa ng gatas
- 1 pakete (16 onsa) ng frozen na California-blend na gulay
- ½ tasa cubed processed American cheese (Velveeta)
- 1 sobre ng chicken noodle soup mix

MGA TAGUBILIN

a) Sa isang malaking kasirola, painitin ang gatas hanggang sa kumulo. Paghaluin ang mga gulay at init hanggang sa pigsa.

b) Ibaba ang init; takpan at kumulo ng 6 minuto.

c) Haluin sa halo ng keso at sopas. Painitin muli hanggang sa kumulo. Ibaba ang init.

d) Pakuluan nang hindi tinatakpan ng 5-7 minuto, o hanggang matunaw ang keso at lumambot ang noodles, hinahalo paminsan-minsan.

9.Cheesy Meatball Soup

MGA INGREDIENTS:
- 1 lb. Lean Ground Beef
- 1 Itlog
- ¼ cup LC Breading & Crusting Mix
- 1 tsp Asin
- 1 tsp oregano
- 1 tbsp. Parsley tinadtad
- ½ tsp Bawang Powder
- ½ tsp Ground Black Pepper
- Para sa stock
- 2 tasang Beef Broth
- ½ katamtamang Green Bell Pepper na diced
- ½ katamtamang Red Bell Pepper na diced
- 1 tangkay ng kintsay, diced
- ½ tasang pulang sibuyas, diced
- 5 malalaking mushroom, diced
- Sarsa ng Keso:
- 4 tbsp. Tubig
- 4 tbsp. Malakas na Cream
- 4 tbsp. mantikilya
- 8 hiwa ng American Cheese

MGA TAGUBILIN

a)　Ilagay sa isang mangkok ang karne ng baka, itlog, pinaghalong breading, asin, oregano, perehil, bawang, at paminta, at haluing mabuti upang pagsamahin. Bumuo sa 2-inch na bola at itabi.

b)　Ilagay sa Instant Pot ang sabaw ng baka, berde at pulang paminta, kintsay, sibuyas, at mushroom, at haluin upang pagsamahin.

c)　Ilagay ang meatballs sa sabaw.

d)　Ilagay at i-lock ang takip, at manu-manong itakda ang oras ng pagluluto sa 10 minuto.

e)　Kapag may natitira pang 3 minuto sa timer, pagsamahin ang isang mangkok na ligtas sa microwave kasama ang tubig, cream, mantikilya, at American cheese.

f)　I-microwave ang cheese sauce sa loob ng 2-3 minuto hanggang sa maghalo, hinahalo tuwing 30 segundo.

g)　Mabilis na bitawan ang presyon at ihalo ang sarsa ng keso.

h)　Ihain nang mainit.

10.sa Taglamig at Ham Chowder

MGA INGREDIENTS:
- 3 katamtamang patatas, binalatan at gupitin sa ¼-pulgada na piraso
- ½ tasang tinadtad na sibuyas
- 1 tasang tubig
- ¾ kutsarita ng sibuyas na asin o pulbos ng sibuyas
- ½ kutsarita ng paminta
- ⅛ kutsarita ng asin
- 2 patak ng Louisiana-style hot sauce
- ½ tasa cubed fully cooked ham (¼-inch piraso)
- 1 tasa ng sariwa o frozen na Brussels sprouts, quartered
- 1-½ tasa ng gatas
- ¾ tasa ginutay-gutay na Colby-Monterey Jack cheese, hinati

MGA TAGUBILIN

a) Pakuluan ang tubig kasama ang mga patatas, at sibuyas sa isang malaking kasirola. Ibaba ang apoy, pagkatapos ay takpan ng takip. Hayaang maluto hanggang lumambot ng 10 hanggang 12 minuto. Gamit ang tubig, i-mash ang patatas, at idagdag ang paminta, asin ng sibuyas, mainit na sarsa, at asin. Hayaan itong magpahinga.

b) Igisa ang Brussels sprouts kasama ang ham sa isang malaking nonstick skillet na kinakalat na may cooking spray, sa loob ng 5-6 minuto hanggang lumambot ang mga sprouts. Ihalo ang pinaghalong patatas, pagkatapos ay ibuhos ang gatas. Hayaang kumulo, pagkatapos ay ibaba ang apoy. Iwanan itong walang takip habang kumukulo hanggang sa lubusan na pinainit. Haluin habang nagluluto ng 5 hanggang 6 minuto.

c) Dahan-dahang idagdag ang kalahating tasa ng keso, at hayaang matunaw ito ng 2 hanggang 3 minuto. Itaas ang natirang keso.

11. Turkey Chowder na may Swiss Chard

MGA INGREDIENTS:
- 1 kutsarang canola oil
- 1 libra hita ng pabo
- 1 karot, pinutol at tinadtad
- 1 leek, tinadtad
- 1 parsnip, tinadtad
- 2 sibuyas ng bawang, tinadtad
- 1 ½ quarts na sabaw ng pabo
- 2-star anise pods
- Sea salt, sa panlasa
- ¼ kutsarita ng ground black pepper, o higit pa sa panlasa
- 1 dahon ng bay
- 1 bungkos ng sariwang Thai basil
- ¼ kutsarita ng pinatuyong dill
- ½ kutsarita ng turmeric powder
- 2 tasang Swiss chard, pinunit sa mga piraso

MGA TAGUBILIN

a) Pindutin ang pindutan ng "Sauté" at init ang langis ng canola. Ngayon, brown turkey thighs para sa 2 hanggang 3 minuto sa bawat panig; reserba.

b) Magdagdag ng tilamsik ng sabaw ng pabo upang kuskusin ang anumang kayumangging piraso mula sa ibaba.

c) Pagkatapos, idagdag ang carrot, leek, parsnip, at bawang sa Instant Pot. Igisa hanggang sa lumambot.

d) Magdagdag ng natitirang sabaw ng pabo, star anise pod, asin, black pepper, bay leaf, Thai basil, dill, at turmeric powder.

e) I-secure ang takip. Piliin ang setting na "Soup" at magluto ng 30 minuto. Kapag kumpleto na ang pagluluto, gumamit ng natural na pressure release; maingat na alisin ang takip.

f) Haluin ang Swiss chard habang mainit pa para malanta ang mga dahon. Enjoy!

12. Rueben Chowder

MGA INGREDIENTS:
- 10 onsa Mantikilya
- 30 onsa Mga sibuyas, puti, diced
- 30 ounces Bell pepper, berde, diced
- 1 ea. Cream Soup Base, 25.22 ounces bag, inihanda
- 5.25 ounces Dijon mustasa
- 5 quarts Beef Base, inihanda
- 5 lbs. Corned beef, niluto, ginutay-gutay
- 2.50 lbs. Sauerkraut, banlawan, pinatuyo ng mabuti
- 2.50 lbs. Swiss cheese, ginutay-gutay
- Kung kinakailangan Croutons, rye bread
- Kung kinakailangan Swiss cheese, ginutay-gutay

MGA TAGUBILIN

a) Sa isang malaking kaldero, sa katamtamang init, matunaw ang mantikilya, at igisa ang mga sibuyas, at paminta hanggang sa lumambot. Magdagdag ng Cream Soup Base, mustard, at beef base, at ihalo hanggang makinis gamit ang wire whisk.

b) Magdagdag ng corned beef at sauerkraut, pukawin, at kumulo ng mga 10 minuto. Haluin ang Swiss cheese, at init hanggang matunaw. Tikman at ayusin ang pampalasa.

c) Palamutihan ng rye bread crouton at karagdagang Swiss cheese.

13.Jalapeno na sopas na keso

MGA INGREDIENTS:
- 6 tasang sabaw ng manok
- 8 tangkay ng kintsay
- 2 tasang tinadtad na sibuyas
- ¾ kutsarita ng bawang asin
- ¼ kutsarita puting paminta
- 2lb Velveeta cheese
- 1 tasa diced jalapeno peppers
- kulay-gatas
- Mga tortilla ng harina

MGA TAGUBILIN

a) Dice ang mga tangkay ng kintsay, sibuyas, at jalapenos. Gupitin ang Velveeta sa mga cube.

b) Sa isang malaking kasirola ilagay ang sabaw ng manok, kintsay, sibuyas, asin ng bawang, at puting paminta. Lutuin sa mataas na apoy sa loob ng 10 minuto, o hanggang sa bumaba ang timpla at bahagyang lumapot.

c) Sa isang blender o food processor ilagay ang sabaw at ang keso. Paghaluin ang mga ito nang magkasama hanggang sa makinis ang timpla. Ibalik ang purong timpla sa kasirola at pakuluan ito ng 5 minuto. Idagdag ang diced peppers at ihalo nang mabuti.

d) Ihain na may kasamang isang piraso ng sour cream at mainit na harina na tortillas.

14. Shrimp at pumpkin chowder

MGA INGREDIENTS:
- 2 sibuyas, hiniwa
- 2 karot, hiniwa ng manipis
- 1 kutsarang pinutol na sariwang cilantro
- 2 kutsarita ng gadgad na sariwang luya
- 2 cloves ng bawang, tinadtad
- ½ kutsarita ng ground allspice
- 2 kutsarang langis ng oliba
- 14-onsa na lata ng sabaw ng manok
- 15-onsa na lata ng kalabasa
- 1½ tasa ng Pinababang Taba na Gatas
- 8-onsa na pakete ng frozen, binalatan, at deveined na lutong hipon, lasaw
- Mga sariwang hipon sa mga shell, binalatan, niluto, at niluto
- Nagputol ng sariwang chives

MGA TAGUBILIN

a) Lutuin ang mga sibuyas, karot, cilantro, luya, bawang, at allspice sa pinainit na mantika sa isang kasirola sa katamtamang init sa loob ng 14 minuto, o hanggang malambot ang mga gulay.
b) Ilipat ang timpla sa mangkok ng food processor.
c) Magdagdag ng ½ tasa ng sabaw ng manok.
d) Iproseso hanggang sa halos makinis.
e) Pagsamahin ang kalabasa, gatas, at natitirang sabaw sa parehong kasirola.
f) Idagdag ang 8 ounces ng hipon at ang pinaghalong gulay, at lutuin.
g) Ibuhos ang sopas sa mga pinggan.
h) Palamutihan ng tinadtad na chives.

15. Shrimp Chowder

MGA INGREDIENTS:
- 1 libra na hipon, binalatan at hiniwa
- 1 kutsarang langis ng oliba
- 1 sibuyas, pinong tinadtad
- 3 sibuyas ng bawang, tinadtad
- 1 kutsarita ng ground cumin
- 1 kutsarita ng tuyo na oregano
- 2 kutsara din amarillo paste (o palitan ng dilaw na chili paste)
- 2 tasang sabaw ng isda o gulay
- 1 tasang evaporated milk
- 1 tasang frozen na butil ng mais
- 1 tasang tinadtad na patatas
- 1 tasang diced carrots
- 1 tasang diced zucchini
- ½ tasang gisantes
- ½ tasang diced red bell pepper
- ½ tasang diced green bell pepper
- ¼ tasa tinadtad na sariwang cilantro
- Asin at paminta para lumasa
- 2 itlog, pinalo
- Sariwang keso, gumuho, para sa dekorasyon
- Sariwang cilantro, tinadtad, para sa dekorasyon

MGA TAGUBILIN:
a) Sa isang malaking kaldero, init ang langis ng oliba sa katamtamang init.
b) Idagdag ang tinadtad na sibuyas at tinadtad na bawang. Igisa hanggang sa maging translucent ang sibuyas at mabango ang bawang.
c) Idagdag ang ground cumin, dried oregano, at ají amarillo paste sa kaldero. Haluing mabuti upang pagsamahin at lutuin ng karagdagang minuto upang mailabas ang mga lasa.
d) Idagdag ang sabaw ng isda o gulay at pakuluan ito. Bawasan ang apoy sa mahina at kumulo ng halos 10 minuto upang hayaang maghalo ang mga lasa.
e) Idagdag ang evaporated milk, frozen corn kernels, diced potatoes, carrots, zucchini, peas, red bell pepper, green bell pepper, at tinadtad na cilantro sa palayok. Haluing mabuti at timplahan ng asin at paminta ayon sa panlasa.
f) Pakuluan ang pinaghalong mga 15 minuto, o hanggang malambot ang mga gulay.
g) Samantala, sa isang hiwalay na kawali, igisa ang hipon sa kaunting mantika ng oliba hanggang sa maging kulay rosas at maluto. Itabi.
h) Kapag malambot na ang mga gulay, dahan-dahang ibuhos ang pinilo na itlog sa kaldero habang patuloy na hinahalo. Ito ay lilikha ng mga laso ng nilutong itlog sa buong sopas.
i) Idagdag ang nilutong hipon sa kaldero at haluin ng malumanay upang pagsamahin. Hayaang kumulo ang sopas para sa karagdagang 5 minuto upang hayaang maghalo ang mga lasa.

16. Chowder ng Isda

MGA INGREDIENTS:
- 1 libra ng puting fish fillet (gaya ng snapper, bakalaw, o tilapia), hiwa-hiwain sa kasing laki ng kagat
- 1 sibuyas, pinong tinadtad
- 3 cloves ng bawang, tinadtad
- 2 tablespoons ng langis ng gulay
- 2 kutsara ng ají amarillo paste (Peruvian yellow chili paste) o palitan ng yellow bell pepper puree
- 2 tasa ng sabaw ng isda o pagkaing-dagat
- 2 tasang tubig
- 2 medium na patatas, binalatan at hiniwa
- 1 tasa ng frozen na butil ng mais
- 1 tasa ng evaporated milk
- 1 tasa ng sariwa o frozen na mga gisantes
- 1 tasa ng ginutay-gutay na keso (tulad ng mozzarella o cheddar)
- 2 kutsara ng tinadtad na sariwang cilantro
- Asin at paminta para lumasa
- Lime wedges para sa paghahatid

MGA TAGUBILIN:

a) Sa isang malaking palayok, init ang langis ng gulay sa katamtamang init.

b) Ilagay ang tinadtad na sibuyas at tinadtad na bawang, at igisa hanggang sa maging translucent ang sibuyas at mabango ang bawang.

c) Haluin ang ají amarillo paste o yellow bell pepper puree at lutuin ng isang minuto upang isama ang mga lasa.

d) Idagdag ang sabaw ng isda o pagkaing-dagat at tubig sa kaldero, at pakuluan ang timpla.

e) Idagdag ang diced na patatas sa kaldero, bawasan ang apoy sa medium-low, at hayaan itong kumulo ng mga 10 minuto o hanggang sa bahagyang maluto ang patatas.

f) Haluin ang fish fillet at frozen corn kernels. Pakuluan ng isa pang 5-7 minuto hanggang sa maluto ang isda at lumambot ang mais.

g) Ibuhos ang evaporated milk at idagdag ang mga gisantes. Haluing mabuti para pagsamahin.

h) ng asin at paminta ang Chupe de Pescado /Fish Chowder ayon sa panlasa. Ayusin ang pampalasa kung kinakailangan.

i) Budburan ang ginutay-gutay na keso sa ibabaw ng sopas. Takpan ang kaldero at hayaang kumulo para sa karagdagang 5 minuto o hanggang sa matunaw ang keso at maayos na pinagsama ang mga lasa.

j) Alisin ang palayok mula sa apoy at iwiwisik ang tinadtad na cilantro sa ibabaw ng sopas.

17. Sweet Potato Chowder

MGA INGREDIENTS:
- 2 kutsarang langis ng gulay
- 1 sibuyas, pinong tinadtad
- 2 cloves ng bawang, tinadtad
- 2 kutsarita ng giniling na kumin
- 1 kutsarita ng tuyo na oregano
- 4 tasang sabaw ng gulay o manok
- 2 malalaking kamote, binalatan at hiniwa
- 1 tasang butil ng mais (sariwa o nagyelo)
- 1 tasang evaporated milk
- 1 tasa queso fresco o feta cheese, gumuho
- Asin at paminta para lumasa
- Sariwang cilantro, tinadtad (para sa dekorasyon)

MGA TAGUBILIN:
a) Init ang langis ng gulay sa isang malaking kaldero sa katamtamang init.
b) Idagdag ang tinadtad na sibuyas at tinadtad na bawang, at igisa hanggang sa lumambot at translucent ang sibuyas.
c) Haluin ang giniling na kumin at pinatuyong oregano, at lutuin ng karagdagang minuto upang i-toast ang mga pampalasa.
d) Idagdag ang sabaw ng gulay o manok sa kaldero, at pakuluan ito.
e) Idagdag ang hiniwang kamote at butil ng mais sa kaldero. Bawasan ang apoy sa kumulo at lutuin hanggang malambot ang kamote, mga 15-20 minuto.
f) Gamit ang potato masher o likod ng kutsara, dahan-dahang i-mash ang ilan sa mga kamote sa gilid ng palayok upang lumapot ang sabaw.
g) Ihalo ang evaporated milk at crumbled queso fresco o feta cheese. Patuloy na kumulo para sa isa pang 5 minuto, pagpapakilos paminsan-minsan, hanggang sa matunaw ang keso at bahagyang lumapot ang sopas.
h) Timplahan ng asin at paminta ayon sa panlasa.
i) Alisin ang palayok mula sa init at hayaan itong lumamig nang bahagya bago ihain.

18.Patatas na sopas na may pinausukang salmon na sarap

MGA INGREDIENTS:
a) ½ Idikit ang unsalted butter
b) 1¼ libra Dilaw na sibuyas, hiniwa ng manipis
c) 3 Ribs kintsay, tinadtad
d) asin
e) Cayenne
f) Bagong giniling na itim na paminta
g) 1 dahon ng bay
h) 3 kutsara Tinadtad na bawang
i) 10 tasa Sabaw ng manok
j) 2 libra Pagbe-bake ng patatas, binalatan
k) ¼ tasa Malakas na cream
l) ½ libra Pinausukang salmon, julienne
m) ¼ tasa pulang sibuyas
n) 2 kutsara Tinadtad na chives
o) Ambon ng extra-virgin
p) Langis ng oliba

MGA TAGUBILIN:
a) Matunaw ang mantikilya sa isang 6-quart stock pot sa medium-high heat. Idagdag ang mga sibuyas at kintsay. Timplahan ng asin, cayenne, at itim na paminta, pagpapakilos, hanggang ang mga gulay ay malambot at bahagyang ginintuang, mga 8 minuto.
b) Idagdag ang bay leaf at bawang, pagpapakilos ng 2 minuto. Idagdag ang stock at patatas at pakuluan ang timpla.
c) Bawasan ang init sa katamtaman at kumulo, walang takip, hanggang sa ang mga patatas ay masyadong malambot at ang timpla ay makapal at mag-atas mga 1 oras.
d) Alisin ang sopas mula sa init. Itapon ang bay leaf. Gamit ang isang hand-held blender, katas hanggang makinis. Dahan-dahang idagdag ang cream. Haluin upang timpla. Reseason ang sopas. Sa isang maliit na mangkok ng paghahalo, pagsamahin ang salmon, pulang sibuyas, at chives.
e) Ibuhos ang sarap ng sapat na mantika upang mabasa. Timplahan ng black pepper ang sarap. Upang ihain, sandok ang sopas sa mga indibidwal na mangkok.
f) Palamutihan ang sabaw ng sarap.

19. Chicken at Cilantro Soup

MGA INGREDIENTS:
- 4 na paa ng manok o katumbas na halaga ng diced raw na manok
- Asin at paminta
- ¼ tasa ng langis ng gulay
- ½ tasang sibuyas, pinong tinadtad
- 2 sibuyas ng bawang, minasa
- 2 sariwang aji amarillo , tinadtad, o 3 kutsarang i-paste (tingnan ang tala) 2 tasang dahon ng cilantro (itapon ang mga tangkay)
- 4 tasang stock ng manok
- 1 tasang dark beer (opsyonal)
- ½ pulang kampanilya paminta hiwa sa hiwa
- 1 tasa ng karot, diced
- ½ tasang long-grain rice
- 4 katamtamang dilaw na patatas, binalatan at diced ½ tasa ng berdeng gisantes

MGA TAGUBILIN:
a) Timplahan ng asin at paminta ang manok. Init ang langis ng gulay sa isang kasirola sa katamtamang init, idagdag ang mga piraso ng manok, at igisa ang mga ito. Ilipat ang mga piraso ng manok sa isang plato at panatilihing mainit-init. Sa parehong kasirola igisa ang sibuyas at bawang hanggang sa ginintuang.
b) Iproseso ang dahon ng cilantro at sariwang aji amarillo na may ¼ tasa ng tubig sa isang blender hanggang makinis; idagdag sa pinaghalong sibuyas, kasama ang stock ng manok, serbesa, kung ginagamit, manok, patatas, at karot. Pakuluan, bawasan ang init, takpan ng takip, at kumulo ng 20 minuto.
c) Magdagdag ng kanin, takpan ang kaldero, at kumulo hanggang maluto ang kanin. Magdagdag ng mga gisantes para sa huling ilang minuto ng oras ng pagluluto.
d) Palamutihan ng mga hiwa ng pulang kampanilya paminta.

20. Lentil Chowder

MGA INGREDIENTS:
- 2 tasa ng tuyo na kayumanggi o berdeng lentil
- 1 sibuyas, pinong tinadtad
- 3 cloves ng bawang, tinadtad
- 1 karot, diced
- 1 patatas, hiniwa
- 1 tasa ng frozen na butil ng mais
- 1 tasa ng diced na kamatis (sariwa o de-latang)
- 4 na tasa ng sabaw ng gulay o tubig
- 1 tasa ng gatas o evaporated milk
- 1 kutsarita ng ground cumin
- 1 kutsarita ng pinatuyong oregano
- 1 dahon ng bay
- Asin at paminta para lumasa
- Tinadtad na sariwang perehil o cilantro para sa dekorasyon
- Lime wedges para sa paghahatid

MGA TAGUBILIN:

a) Banlawan ang mga lentil sa ilalim ng malamig na tubig at alisin ang anumang mga labi o mga bato.
b) Sa isang malaking kaldero, magpainit ng ilang langis ng gulay sa katamtamang init.
c) Ilagay ang tinadtad na sibuyas at tinadtad na bawang sa kaldero, at igisa hanggang sa maging translucent ang sibuyas at mabango ang bawang.
d) Idagdag ang diced carrot, patatas, at frozen na butil ng mais sa palayok.
e) Magluto ng ilang minuto para lumambot ang mga gulay.
f) Haluin ang diced na kamatis, ground cumin, dried oregano, at bay leaf.
g) Magluto ng isa pang minuto upang pagsamahin ang mga lasa.
h) Idagdag ang binalang lentil sa kaldero at ibuhos ang sabaw ng gulay o tubig.
i) Timplahan ng asin at paminta ayon sa panlasa.
j) Pakuluan ang timpla, pagkatapos ay bawasan ang apoy at hayaang kumulo ng mga 30-40 minuto o hanggang sa malambot at maluto ang lentil. Haluin paminsan-minsan.
k) Kapag luto na ang lentil, ihalo ang gatas o evaporated milk.
l) Ayusin ang pagkakapare-pareho sa pamamagitan ng pagdaragdag ng mas maraming likido kung ninanais.
m) Pakuluan ang Chupe de Lentejas /Lentil Chowder para sa karagdagang 5-10 minuto upang uminit at hayaang maghalo ang mga lasa.
n) Alisin ang palayok mula sa apoy at itapon ang bay leaf.
o) Ihain ang Chupe de Lentejas /Lentil Chowder na mainit, pinalamutian ng tinadtad na sariwang parsley o cilantro.
p) Ihain na may lime wedges sa gilid para pigain ang nilagang.

21. Button mushroom at ulang

MGA INGREDIENTS:
- 2 buntot ng ulang, luto at inalis ang karne
- 8 ounces button mushroom, hiniwa
- 2 kutsarang mantikilya
- 2 cloves ng bawang, tinadtad
- ¼ tasa ng tuyong puting alak
- ½ tasang sabaw ng manok o gulay
- ½ tasang mabigat na cream
- 1 kutsarang sariwang lemon juice
- Asin at paminta para lumasa
- sariwang perehil, tinadtad (para sa dekorasyon)

MGA TAGUBILIN:

a) Sa isang malaking kawali, matunaw ang mantikilya sa katamtamang init. Idagdag ang tinadtad na bawang at igisa ng halos isang minuto hanggang mabango.

b) Idagdag ang hiniwang button mushroom sa kawali at lutuin ng 4-5 minuto, paminsan-minsang haluin, hanggang sa maging golden brown at malambot ang mga ito.

c) Ibuhos ang puting alak at i-deglaze ang kawali, i-scrape ang anumang browned bits mula sa ibaba. Hayaang maluto ang alak ng isa o dalawang minuto upang bahagyang mabawasan.

d) Idagdag ang sabaw ng manok o gulay sa kawali at pakuluan. Magluto ng 2-3 minuto upang hayaang maghalo ang mga lasa.

e) Bawasan ang init sa mababang at pukawin ang mabigat na cream at lemon juice. Timplahan ng asin at paminta ayon sa panlasa. Dahan-dahang kumulo sa loob ng 3-4 minuto, hayaang bahagyang lumapot ang sarsa.

f) Idagdag ang nilutong lobster meat sa kawali at haluing malumanay upang pagsamahin ito sa mga mushroom at sauce. Hayaang uminit ito ng isa o dalawa.

g) Alisin mula sa init at palamutihan ng tinadtad na perehil.

h) Ihain kaagad ang button mushroom at lobster, habang mainit pa. Ang ulam na ito ay sumasama sa steamed rice, crusty bread, o pasta.

22.Quinoa Chowder

MGA INGREDIENTS:
- 1 tasa ng quinoa, banlawan
- 2 kutsarang langis ng gulay
- 1 sibuyas, tinadtad
- 2 cloves ng bawang, tinadtad
- 1 karot, diced
- 1 patatas, hiniwa
- 1 tasang butil ng mais
- 1 tasang berdeng mga gisantes
- 4 tasang sabaw ng gulay o manok
- 1 tasang evaporated milk
- 1 kutsarita ng ground cumin
- 1 kutsarita ng tuyo na oregano
- Asin at paminta para lumasa
- Sariwang cilantro, tinadtad (para sa dekorasyon)

MGA TAGUBILIN:
a) Sa isang malaking palayok, init ang langis ng gulay sa katamtamang init.
b) Idagdag ang tinadtad na sibuyas at tinadtad na bawang, at igisa hanggang sa maging translucent ang sibuyas.
c) Idagdag ang diced carrot, patatas, butil ng mais, at berdeng mga gisantes sa palayok. Haluin at lutuin ng ilang minuto hanggang sa lumambot ang mga gulay.
d) Banlawan ang quinoa nang lubusan sa ilalim ng malamig na tubig.
e) Magdagdag ng quinoa sa palayok at pukawin upang pagsamahin ang mga gulay.
f) Ibuhos ang sabaw ng gulay o manok at pakuluan ang timpla. Bawasan ang apoy sa mahina, takpan ang kaldero, at kumulo ng mga 15-20 minuto, o hanggang malambot ang quinoa at mga gulay.
g) Ihalo ang evaporated milk, ground cumin, at dried oregano.
h) Timplahan ng asin at paminta ayon sa panlasa.
i) Pakuluan ng karagdagang 5 minuto upang hayaang maghalo ang mga lasa.
j) Alisin sa apoy at hayaang magpahinga ng ilang minuto pagkatapos ay ihain.

23. Green Bean Chowder

MGA INGREDIENTS:
- 2 tasang berdeng limang beans (pallares verdes), ibinabad sa magdamag at pinatuyo
- 2 kutsarang langis ng gulay
- 1 sibuyas, pinong tinadtad
- 2 cloves ng bawang, tinadtad
- 1 kutsarita ng ground cumin
- 1 kutsarita ng tuyo na oregano
- 4 tasang sabaw ng gulay o manok
- 2 medium na patatas, binalatan at hiniwa
- 1 tasang evaporated milk
- 1 tasa queso fresco o feta cheese, gumuho
- Asin at paminta para lumasa
- sariwang perehil, tinadtad (para sa dekorasyon)

MGA TAGUBILIN:
a) Sa isang malaking palayok, idagdag ang binabad at pinatuyo na berdeng limang beans. Takpan ang mga ito ng tubig at pakuluan. Bawasan ang apoy at kumulo hanggang sa lumambot ang beans, mga 30-40 minuto. Patuyuin at itabi.
b) Sa parehong palayok, init ang langis ng gulay sa katamtamang init.
c) Idagdag ang tinadtad na sibuyas at tinadtad na bawang, at igisa hanggang sa lumambot at translucent ang sibuyas.
d) Haluin ang giniling na kumin at pinatuyong oregano, at lutuin ng karagdagang minuto upang i-toast ang mga pampalasa.
e) Idagdag ang sabaw ng gulay o manok sa kaldero, at pakuluan ito.
f) Idagdag ang diced na patatas at lutong berdeng limang beans sa kaldero. Bawasan ang apoy sa isang kumulo at lutuin hanggang sa lumambot ang patatas, mga 15-20 minuto.
g) Gamit ang potato masher o likod ng kutsara, dahan-dahang i-mash ang ilan sa mga patatas at beans sa gilid ng palayok upang lumapot ang sopas.
h) Ihalo ang evaporated milk at crumbled queso fresco o feta cheese. Patuloy na kumulo para sa isa pang 5 minuto, pagpapakilos paminsan-minsan, hanggang sa matunaw ang keso at bahagyang lumapot ang sopas.
i) Timplahan ng asin at paminta ayon sa panlasa.
j) Alisin ang palayok mula sa init at hayaan itong lumamig nang bahagya bago ihain.
k) Ilagay ang Chupe de Pallares Verdes/Green Bean Chowder sa mga mangkok at palamutihan ng sariwang parsley.

24.Patatas na Chowder

MGA INGREDIENTS:
- 6 na medium-sized na patatas, binalatan at hiniwa
- 1 sibuyas, pinong tinadtad
- 2 cloves ng bawang, tinadtad
- 2 kutsarang langis ng gulay
- 4 tasang sabaw ng manok o gulay
- 1 tasang gatas
- 1 tasang evaporated milk
- 1 tasang frozen o sariwang butil ng mais
- 1 tasang frozen o sariwang mga gisantes
- 1 tasa queso fresco o feta cheese, gumuho
- 2 itlog
- 2 kutsarang sariwang cilantro, tinadtad
- Asin at paminta para lumasa

MGA TAGUBILIN:

a) Sa isang malaking palayok, init ang langis ng gulay sa katamtamang init.

b) Ilagay ang tinadtad na sibuyas at tinadtad na bawang, at igisa hanggang sa lumambot at mabango.

c) Idagdag ang diced na patatas sa kaldero at haluin para malagyan ng pinaghalong sibuyas at bawang.

d) Ibuhos ang sabaw ng manok o gulay at pakuluan ang timpla. Bawasan ang apoy sa mahina, takpan ang kaldero, at hayaang kumulo ito ng mga 15-20 minuto o hanggang sa lumambot ang patatas.

e) Gamit ang tinidor o potato masher, i-mash nang bahagya ang ilan sa mga patatas sa kaldero upang lumapot ang sopas. Bibigyan nito ang Chupe de Papa/Potato Chowder ng creamy consistency.

f) Idagdag ang gatas, evaporated milk, butil ng mais, at mga gisantes sa palayok. Haluing mabuti para pagsamahin ang lahat ng sangkap.

g) Ipagpatuloy ang pagluluto ng sopas sa mababang init para sa isa pang 10-15 minuto, na nagpapahintulot sa mga lasa na maghalo.

h) Sa isang hiwalay na mangkok, talunin ang mga itlog. Dahan-dahang magdagdag ng isang sandok ng mainit na sabaw sa pinalo na mga itlog, patuloy na hinahalikan upang painitin ang mga itlog at pigilan ang mga ito mula sa curdling.

i) Dahan-dahang ibuhos ang pinaghalong itlog pabalik sa palayok, patuloy na pagpapakilos. Makakatulong ito sa pagpapalapot ng sopas at bigyan ito ng creamy texture.

j) Idagdag ang crumbled queso fresco o feta cheese sa kaldero at haluin hanggang matunaw ito sa sopas.

k) ng asin at paminta ang Chupe de Papa/Potato Chowder ayon sa panlasa. Ayusin ang pampalasa ayon sa iyong kagustuhan.

l) Panghuli, iwiwisik ang sariwang cilantro sa ibabaw ng sopas at bigyan ito ng banayad na paghalo.

25. Creamy salmon na sopas

MGA INGREDIENTS:
- 1 pound (450g) sariwang salmon fillet, inalis ang balat at gupitin sa kasing laki ng kagat
- 1 kutsarang mantikilya
- 1 katamtamang sibuyas, diced
- 2 cloves ng bawang, tinadtad
- 2 medium carrots, binalatan at diced
- 2 tangkay ng kintsay, diced
- 3 katamtamang patatas, binalatan at hiniwa
- 4 na tasa (960ml) na sabaw ng gulay o isda
- 1 tasa (240ml) mabigat na cream
- 1/2 tasa (120ml) ng gatas
- 1 kutsarita pinatuyong dill
- 1 kutsarita ng tuyo na thyme
- Asin at paminta para lumasa
- Sariwang dill para sa dekorasyon

MGA TAGUBILIN:

a) Sa isang malaking palayok, matunaw ang mantikilya sa katamtamang init. Idagdag ang tinadtad na sibuyas at bawang, at igisa hanggang lumambot at mabango, mga 2-3 minuto.

b) Idagdag ang diced carrots at celery sa kaldero at lutuin ng isa pang 3-4 minuto, hanggang sa magsimula silang lumambot.

c) Idagdag ang diced na patatas, sabaw ng gulay o isda, pinatuyong dill, at pinatuyong thyme sa palayok. Pakuluan ang pinaghalong, pagkatapos ay bawasan ang apoy sa mahina at kumulo ng mga 10 minuto, o hanggang sa lumambot ang mga gulay.

d) Habang kumukulo ang sopas, timplahan ng asin at paminta ang mga piraso ng salmon.

e) Idagdag ang tinimplahan na piraso ng salmon sa kaldero at kumulo para sa karagdagang 5 minuto, o hanggang sa maluto ang salmon at madaling matuklap gamit ang isang tinidor.

f) Alisin ang palayok mula sa init at ihalo ang mabigat na cream at gatas. Kung ninanais, maaari kang gumamit ng immersion blender upang bahagyang timpla ang sopas para sa mas makapal na pagkakapare-pareho. Bilang kahalili, maaari mong ilipat ang isang bahagi ng sopas sa isang blender, timpla hanggang makinis, at pagkatapos ay ibalik ito sa palayok.

g) Tikman ang sabaw at ayusin ang pampalasa na may asin at paminta kung kinakailangan.

h) Ibalik ang kaldero sa mahinang apoy at kumulo para sa isa pang 2-3 minuto upang mapainit ang sabaw.

i) Ihain ang creamy salmon na sopas na mainit, pinalamutian ng sariwang dill.

26. Turkey Chowder na may Swiss Chard

MGA INGREDIENTS:
- 1 kutsarang canola oil
- 1 libra hita ng pabo
- 1 karot, pinutol at tinadtad
- 1 leek, tinadtad
- 1 parsnip, tinadtad
- 2 sibuyas ng bawang, tinadtad
- 1 ½ quarts na sabaw ng pabo
- 2-star anise pods
- Sea salt, sa panlasa
- ¼ kutsarita ng ground black pepper, o higit pa sa panlasa
- 1 dahon ng bay
- 1 bungkos ng sariwang Thai basil
- ¼ kutsarita ng pinatuyong dill
- ½ kutsarita ng turmeric powder
- 2 tasang Swiss chard, pinunit sa mga piraso

MGA TAGUBILIN

g) Pindutin ang pindutan ng "Sauté" at init ang langis ng canola. Ngayon, brown turkey thighs para sa 2 hanggang 3 minuto sa bawat panig; reserba.

h) Magdagdag ng tilamsik ng sabaw ng pabo upang kuskusin ang anumang kayumangging piraso mula sa ibaba.

i) Pagkatapos, idagdag ang carrot, leek, parsnip, at bawang sa Instant Pot. Igisa hanggang sa lumambot.

j) Magdagdag ng natitirang sabaw ng pabo, star anise pod, asin, black pepper, bay leaf, Thai basil, dill, at turmeric powder.

k) I-secure ang takip. Piliin ang setting na "Soup" at magluto ng 30 minuto. Kapag kumpleto na ang pagluluto, gumamit ng natural na pressure release; maingat na alisin ang takip.

l) Haluin ang Swiss chard habang mainit pa para malanta ang mga dahon. Enjoy!

27. Potato cheese na sopas na may salmon

MGA INGREDIENTS:
a) ¼ tasa Mantikilya o margarin
b) 1 malaki Sibuyas - hiniwa ng manipis
c) 1¼ tasa Kintsay -diced
d) 3½ tasa Patatas - hilaw na hiniwang
e) 1 tasa sabaw ng manok
f) 3 tasa Gatas -nahati
g) Temperatura ng silid
h) 1 tasa Kalahati at kalahati
i) 2 tasa Matalim na cheddar cheese, Ginutay-gutay
j) 1 kutsarita Pinatuyong thyme
k) 1 kutsarita Worcestershire sauce
l) 1 lata Salmon, sockeye, well-drained, buto at balat Inalis
m) 1 gitling asin
n) 1 gitling Paminta
o) Tinadtad na perehil

MGA TAGUBILIN:
a) Sa isang 2 qt. kasirola, tunawin ang mantikilya, at igisa ang sibuyas at kintsay hanggang lumambot ngunit hindi kayumanggi.
b) Magdagdag ng patatas at sabaw ng manok; takpan at lutuin sa mahinang apoy hanggang lumambot ang patatas.
c) Pure patatas mixture sa isang blender na may 2 tasang gatas.
d) Bumalik sa kasirola; at natitirang 1 tasa ng gatas, cream, keso, thyme,
e) Worcestershire sauce at salmon. Init sa mababang, pagpapakilos madalas hanggang mainit. Timplahan ng asin at paminta. Palamutihan ng tinadtad na perehil . .

28. Spam Vegetable Soup na may Cheesy Croutons

MGA INGREDIENTS:
- 1 (12-ounce) lata ng Spam, diced
- 1 kutsarang langis ng oliba
- 1 malaking sibuyas, tinadtad
- 2 carrots, binalatan at diced
- 2 tangkay ng kintsay, diced
- 2 cloves ng bawang, tinadtad
- 4 tasang sabaw ng manok o gulay
- 1 (14.5-onsa) na lata ng diced na kamatis
- 1 tasang frozen na butil ng mais
- 1 tasang frozen green beans
- 1 kutsarita ng tuyo na thyme
- Asin at paminta para lumasa
- 4 na hiwa ng tinapay (baguette o anumang gustong uri)
- 1 tasang ginutay-gutay na cheddar cheese

MGA TAGUBILIN:

a) Sa isang malaking kaldero, init ang langis ng oliba sa katamtamang init.

b) Idagdag ang diced Spam at igisa hanggang sa bahagyang browned. Alisin ang Spam mula sa palayok at itabi ito.

c) Sa parehong palayok, idagdag ang tinadtad na sibuyas, diced carrots, at diced celery. Igisa hanggang lumambot ang mga gulay.

d) Idagdag ang tinadtad na bawang at lutuin ng isa pang minuto hanggang mabango.

e) Ibuhos ang sabaw ng manok o gulay at pakuluan ang timpla.

f) Idagdag ang mga diced na kamatis, frozen corn, frozen green beans, tuyo na thyme, asin, at paminta. Bawasan ang apoy sa mahina at hayaang kumulo ang sopas ng mga 15-20 minuto, o hanggang sa lumambot ang mga gulay.

g) Habang kumukulo ang sopas, gawin ang mga crouton na may tuktok na keso. Painitin muna ang iyong oven sa 375°F (190°C).

h) Ilagay ang mga hiwa ng tinapay sa isang baking sheet at itaas ang bawat hiwa ng ginutay-gutay na cheddar cheese.

i) Ihurno ang tinapay na pinahiran ng keso sa preheated oven sa loob ng mga 5-7 minuto, o hanggang sa matunaw at mabula ang keso, at ma-toast ang tinapay.

j) Ilagay ang Spam Vegetable Soup sa mga mangkok at itaas ang bawat serving ng crouton na pinahiran ng keso.

k) Ihain ang masarap at nakakaaliw na Spam Vegetable Soup na may Cheese-Topped Croutons bilang isang masaganang pagkain!

29. Hipon Soupy Rice

MGA INGREDIENTS:
- 1 pound medium shrimp, mas mabuti na shell-on
- 1 kutsarang tamari
- 5 tasang Stock ng Manok
- 5 sibuyas ng bawang, dinurog at binalatan
- 1 maliit na sibuyas, halos tinadtad
- 2 Anaheim chile (o anumang medyo banayad na berdeng chile na makikita mo), may binhi at halos tinadtad
- 1 tasang tinadtad na sariwang dahon ng cilantro, at higit pa para sa dekorasyon
- 1 tangkay ng kintsay, halos tinadtad
- 1 karot, halos tinadtad
- 1 pint cherry o grape tomatoes
- 2 kutsarang langis ng oliba
- 1 tasang mahabang butil na puting bigas
- 1 kutsarita ng bawang pulbos
- 1 kutsarita ng tuyo na oregano
- 1 kutsarita ng paprika, mas mainam na pinausukan
- ½ kutsarita ng ground coriander
- ½ kutsarita ng giniling na kumin
- ½ kutsarita ng ground turmeric
- asin
- Lime wedges, para sa paghahatid

MGA TAGUBILIN:
a) Kung shell-on ang hipon, tanggalin ang mga shell at buntot at itabi. Ilagay ang hipon sa isang medium bowl at idagdag ang tamari. Haluin at hayaang mag-marinate sa refrigerator hanggang sa kailanganin.
b) Ilagay ang nakareserbang shell at buntot ng hipon sa isang katamtamang palayok kasama ang stock ng manok, takpan, at pakuluan. Panatilihing mainit-init habang inihahanda mo ang natitirang mga sangkap.
c) Sa isang food processor o blender, pagsamahin ang bawang, sibuyas, sili , cilantro, celery, carrot, at mga kamatis. Haluin ang mga ito hanggang sa magkaroon ka ng halos naka-texture na paste—malamang na medyo matubig ito.
d) Sa isang Dutch oven, init ang langis ng oliba sa katamtamang init hanggang sa kumikinang. Idagdag ang bigas, pulbos ng bawang, oregano, paprika, kulantro, kumin, at turmerik at pukawin ang mga ito nang madalas, na nagpapahintulot sa bigas na mag-toast at ang mga pampalasa ay maging mabango. Timplahan ng asin at hayaang mag-toast ang bigas ng karagdagang 90 segundo o higit pa. Idagdag ang pinaghalo na pinaghalong gulay at dalhin sa isang kumulo, pagkatapos ay ipagpatuloy ang simmering ito, pagpapakilos madalas, hanggang sa isang magandang halaga ng kahalumigmigan ay sumingaw, mga 4 na minuto.
e) Hawakan ang isang salaan sa Dutch oven at ibuhos o sandok ang stock ng manok, na nagpapahintulot sa salaan na mahuli ang mga buntot at shell ng hipon. Itapon ang mga buntot at shell.
f) Ibalik ang lahat sa kumulo at pagkatapos ay takpan at bawasan ang apoy sa mahina. Ipagpatuloy ang pagluluto hanggang sa maluto lang ang kanin, mga 15 minuto. Kung ang timpla ay lumalapot sa punto na hindi na ito maaaring kumalat, tulad ng isang sabaw, magdagdag ng kaunting tubig at ibalik ito sa kumulo. Tikman ito para sa pampalasa at magdagdag ng higit pang asin kung kinakailangan.
g) Idagdag ang hipon at haluin upang pagsamahin. Takpan ang kaldero at hayaang kumulo hanggang sa halos maluto ang hipon, mga 3 minuto pa.
h) Ihain kaagad, pinalamutian ng dahon ng cilantro at isang kalso ng kalamansi.

30. Lobster Bouillabaisse

MGA INGREDIENTS:
- 2 live na lobster (mga 1.5 pounds bawat isa)
- 2 kutsarang langis ng oliba
- 1 sibuyas, diced
- 2 cloves ng bawang, tinadtad
- 1 bumbilya ng haras, hiniwa nang manipis
- 1 pulang kampanilya paminta, diced
- 1 dilaw na kampanilya paminta, diced
- 1 lata (14 onsa) na diced na kamatis
- 2 tasang sabaw ng isda o pagkaing-dagat
- 1 tasang tuyong puting alak
- 1 kutsarita ng tuyo na thyme
- 1 kutsarita ng tuyo na oregano
- 1 dahon ng bay
- Kurot ng safron thread
- Asin at paminta para lumasa
- sariwang perehil, tinadtad (para sa dekorasyon)
- Crusty bread (para sa paghahatid)

MGA TAGUBILIN:

a) Ihanda ang mga lobster sa pamamagitan ng paglalagay ng mga ito sa freezer nang mga 20-30 minuto. Makakatulong ito sa pagpapatahimik sa kanila bago lutuin.

b) Punan ang isang malaking palayok ng tubig at pakuluan ito. Magdagdag ng asin sa tubig na kumukulo.

c) Maingat na ilagay ang lobster sa kumukulong tubig at lutuin ng humigit-kumulang 8-10 minuto, o hanggang ang mga shell ay maging maliwanag na pula.

d) Alisin ang lobster mula sa kawali at hayaang lumamig nang bahagya. Kapag lumamig, alisin ang karne mula sa mga shell at gupitin ito sa mga piraso na kasing laki ng kagat. Itabi.

e) Sa isang malaking sopas pot o Dutch oven, init ang langis ng oliba sa katamtamang init.

f) Idagdag ang hiniwang sibuyas at tinadtad na bawang sa kaldero. Igisa ng 2-3 minuto hanggang sa maging translucent ang sibuyas.

g) Idagdag ang hiniwang haras, diced red at yellow bell peppers sa kaldero. Magluto ng isa pang 3-4 minuto hanggang sa magsimulang lumambot ang mga gulay.

h) Haluin ang diced na kamatis, isda o seafood broth, at white wine.

i) Idagdag ang pinatuyong tim, pinatuyong oregano, dahon ng bay, mga sinulid ng safron, asin, at paminta sa palayok. Haluin upang pagsamahin.

j) Pakuluan ang pinaghalong, pagkatapos ay bawasan ang apoy at hayaang kumulo ito ng mga 15-20 minuto para lumaki ang lasa.

k) Idagdag ang lobster meat sa kaldero at lutuin ng karagdagang 5-8 minuto hanggang uminit ang lobster.

l) Tikman at ayusin ang pampalasa kung kinakailangan.

m) Ilagay ang Lobster Bouillabaisse sa mga mangkok at palamutihan ng tinadtad na sariwang perehil.

n) Ihain na may crusty bread sa gilid para isawsaw.

31.Salmon Vegetable Chowder

MGA INGREDIENTS:
a) 2 salmon fillet, inalis ang balat at gupitin sa laki ng kagat
b) 1 ½ tasa puting sibuyas, pinong tinadtad
c) 1 ½ tasang kamote, binalatan at hiniwa
d) 1 tasa ng broccoli florets, gupitin sa maliliit na piraso
e) 3 tasang sabaw ng manok
f) 2 tasang buong gatas
g) 2 kutsarang all-purpose na harina
h) 1 kutsaritang pinatuyong thyme
i) 3 kutsarang unsalted butter
j) 1 dahon ng bay
k) Asin at paminta para lumasa
l) Flat perehil, makinis na tinadtad

MGA TAGUBILIN:
a) Magluto ng tinadtad na sibuyas sa unsalted butter hanggang translucent. Haluin ang harina at haluing mabuti ang mantikilya at sibuyas. Ibuhos ang sabaw ng manok at gatas, pagkatapos ay idagdag ang mga cube ng kamote, bay leaf, at thyme.
b) Hayaang kumulo ang pinaghalong 5-10 minuto habang hinahalo paminsan-minsan.
c) Idagdag ang salmon at broccoli florets. Pagkatapos, magluto ng 5-8 minuto.
d) Timplahan ng asin at paminta at ayusin ang lasa kung kinakailangan.
e) Ilipat sa maliliit na indibidwal na mangkok at palamutihan ng tinadtad na perehil.

32. Irish smoked salmon summer soup

MGA INGREDIENTS:
- 300 mililitro Magandang Stock ng Manok
- 20 gramo mantikilya
- 1 kutsara Dobleng Cream
- 12 Asparagus Spears
- 1 karot; maliit na diced)
- 2 Mga stick ng kintsay; (binalatan at tinadtad)
- 1 Leek; maliit na diced)
- 8 Bagong Patatas; (maliit - bata)
- 2 Mga kamatis
- 4 na hiwa Pinausukang Salmon; (hiwain ng mga piraso)
- 1 Olive Bread Roll
- 50 gramo Irish Goats Cheese
- 1 Yolk ng Itlog
- Pinaghalong Herb

MGA TAGUBILIN:
- Init ang stock ng manok at lutuin ang lahat ng gulay nang paisa-isa simula sa patatas, carrots, celery, leek, at asparagus. Salain ang mga gulay at ireserba ang stock.
- Ilagay ang mga gulay sa maliliit na mangkok/tasa ng sopas. Idagdag ang kamatis at pinausukang salmon na hiniwa-hiwa.
- Ilagay muli ang stock sa apoy at pukawin sa isang maliit na mantikilya at cream. Timplahan at idagdag ang tinadtad na damo. Hayaang mag-infuse ng ilang minuto.
- Samantala, haluin ang pula ng itlog na may 2 - 3 kutsarita ng tubig na kumukulo sa ibabaw ng bain marie hanggang sa mabuo ang isang makapal at creamy na sabayon.
- Iwiwisik ang keso sa mga crouton at ilagay sa ilalim ng mainit na grill hanggang sa magsimulang bumula ang keso.
- I-fold ang sabayon sa stock at ibuhos ang mga gulay. Ilagay ang mga crouton sa itaas at ihain.

33. Ginger-Cilantro Chicken Noodle Soup

MGA INGREDIENTS:
- 1 (3½-onsa) na pakete ng bunashimeji (beech) na kabute o 3 onsa o higit pa sa iba pang mga kabute, gaya ng puting butones, cremini, shiitake, o oyster
- 4 na tasang Stock ng Manok
- 3 kutsarang tamari
- 3 scallions, hiniwa ng manipis, madilim na berdeng tuktok ay pinananatiling hiwalay
- 3-inch knob sariwang luya, gadgad o pinong diced (mga 2½ kutsara)
- 4 ounces nilutong manok, pinunit sa laki ng kagat
- 6 ounces rice noodles, tulad ng mai fun, pad Thai, o vermicelli
- asin
- 2 maliit na ulo baby bok choy, halos tinadtad, o humigit-kumulang 6 na onsa ng dahon ng spinach, halos tinadtad
- Mga dahon ng cilantro, para sa dekorasyon
- White sesame seeds, bagong inihaw o binili na toasted na

MGA TAGUBILIN:

a) Ihanda ang mga mushroom: Para sa bunashimeji , putulin ang maruming dulo ng ugat at itapon ito, pagkatapos ay paghiwalayin ang mga mushroom sa mga indibidwal na piraso. Para sa cremini o puting butones, alisin ang anumang dumi at hiwain ng manipis ang mga ito. Para sa shiitake o talaba, tanggalin ang mga tangkay at itabi ang mga ito para sa Vegan Dashi, pagkatapos ay punitin ang mga takip sa mga piraso na kasing laki ng kagat.

b) Pakuluan ang isang palayok ng tubig para sa rice noodles.

c) Samantala, sa isang 4-quart saucepan, dalhin ang stock at tamari sa banayad na kumulo. Idagdag ang puti at mapusyaw na berdeng bahagi ng scallion, luya, manok, at mushroom. Ibalik ang sabaw sa kumulo at pagkatapos ay bawasan ang apoy, takpan, at panatilihing kumulo nang halos 10 minuto. Alisin mula sa init.

d) Idagdag ang pansit sa tubig na kumukulo at lutuin ayon sa mga direksyon ng pakete. Alisan ng tubig ang noodles at hatiin sa apat na mangkok. Tikman ang sabaw para sa pampalasa at lagyan ng asin kung kinakailangan—okay lang kung nasa bingit lang ito ng masyadong maalat, dahil may mga pansit at gulay pang kasama.

e) Ilagay ang bok choy o spinach sa kaldero ng sopas at ihalo ang mga ito para malubog sa sabaw. Takpan muli ang kaldero at hayaang malanta ang mga gulay sa loob ng humigit-kumulang 30 segundo (gusto mong malutong ang mga tangkay ng bok choy, o ang spinach ay hindi tuluyang malata).

f) Hatiin ang sopas sa mga mangkok, subukang ipamahagi ang lahat ng mga sangkap nang pantay-pantay hangga't maaari. Palamutihan ang mga mangkok na may mga dahon ng cilantro, ang nakareserbang scallion greens, at bahagyang pag-aalis ng alikabok ng linga. Kumain ka agad.

34. Pumpkin Bisque

MGA INGREDIENTS:
- 1 buong sibuyas, tinadtad
- 1 sibuyas na bawang, tinadtad
- 1 ½ kutsarang mantikilya
- 1 tasang pumpkin puree
- 1 ¼ tasa ng tubig
- ½ kutsarita ng kanela
- ½ kutsarita ng sili na pulbos
- Ilang hibla ng safron
- 1 tasa ng buong gatas na unsweetened yogurt

MGA TAGUBILIN:
a) Sa isang kasirola, igisa ang mga sibuyas at bawang sa mantikilya hanggang sila ay mag-brown
b) Idagdag ang pumpkin puree, tubig, at pampalasa at pakuluan.
c) Bawasan kaagad ang init at kumulo ng limang minuto, unti-unting idagdag ang yogurt.
d) Ihain nang mainit.

35. Lobster-Tomato Bisque

MGA INGREDIENTS:

- 1 kutsarang langis ng oliba
- 4-6 na sibuyas ng bawang, pinong tinadtad
- 1 tangkay ng kintsay, pinong tinadtad
- 1 maliit na matamis na puting sibuyas, pinong tinadtad
- 1 katamtamang kamatis, diced
- 1½–1¾-pound lobster
- 2 tasang buong gatas
- 1 tasang tomato sauce
- ½ tasang mabigat na cream
- ½ tasa Stock ng Isda
- 4 na kutsara (½ stick) unsalted butter
- 2 kutsarang pinong tinadtad na sariwang perehil
- 1 kutsarita sariwang giniling na itim na paminta

MGA TAGUBILIN:

a) Init ang mantika sa isang malaking kasirola sa medium-high heat. Idagdag ang bawang, kintsay, at sibuyas at lutuin, pagpapakilos, sa loob ng 8 hanggang 10 minuto. Idagdag ang mga kamatis.

b) Ilagay ang lobster sa likod nito sa isang cutting board. Gumawa ng isang paghiwa sa gitna ng buntot halos hanggang sa dulo, nang hindi pinuputol ang shell; hatiin ang buntot.

c) Ihawin ang lobster sa loob ng 15 hanggang 18 minuto, nakababa ang shell, na nakasara ang takip. Ilipat ang ulang mula sa grill pabalik sa isang cutting board at alisin ang karne at tomalley. Itapon ang shell at itabi ang karne.

d) Pakuluan ang gatas, tomato sauce, cream, stock, at mantikilya sa kasirola na may mga gulay. Bawasan ang init sa mababang. Pakuluan ng 10 minuto, madalas na pagpapakilos.

e) Idagdag ang lobster meat at tomalley at ang perehil at paminta. Takpan at kumulo sa pinakamababang posibleng init sa loob ng 4 hanggang 5 minuto .

36. Pinausukang prawn bisque

MGA INGREDIENTS:
- 1 kutsarang langis ng oliba
- 1 malaking sibuyas, pinong tinadtad
- 1 karot, pinong tinadtad
- 3 kutsarang brandy
- P hilaw na ulo at shell mula sa 1 pound Pinausukang hipon
- 1 clove ng bawang, tinadtad
- isang kurot ng chilli flakes
- 1 dahon ng bay
- 3 malalaking kamatis ng baging, tinadtad
- ⅓ tasa ng makapal na cream, at kaunting dagdag para palamuti
- C pantal, upang palamutihan
- S alt at sariwang giniling na itim na paminta

MGA TAGUBILIN:
a) Sa isang malaking mabigat na kasirola, pagsamahin ang langis ng oliba, sibuyas, at karot at ilagay sa oven upang lumambot sa loob ng 10 minuto, haluin nang isa o dalawang beses.
b) Ibuhos ang brandy at ibalik ang kawali sa oven para sa isa pang 5 minuto, o hanggang sa ito ay halos ganap na sumingaw.
c) Idagdag ang prawn heads at shells, bawang, chili flakes, at bay leaf at ibalik sa oven sa loob ng 5 minuto, pagpapapakilos upang pagsamahin.
d) Pagsamahin ang mga kamatis sa malamig na tubig sa isang mangkok ng paghahalo. Magdagdag ng Asin at paminta sa panlasa . Idagdag ang mga hipon at ihalo ito gamit ang isang stick blender hanggang ang mga shell ay makinis na giling.
e) Ibuhos sa isang pinong salaan sa isang malinis na kawali, pinindot ang mga labi ng prawn gamit ang likod ng isang kahoy na kutsara upang makuha ang mas maraming lasa hangga't maaari.
f) Ilagay sa mga pinainit na mangkok at itaas ng isang pagwiwisik ng chives at isang dagdag na pag-ikot ng cream. Ihain kaagad.

37. Minestrone ni Nanay

MGA INGREDIENTS:
- 2 kutsarang langis ng oliba
- 2 kutsarang unsalted butter
- 2 leeks, puti at mapusyaw na berdeng bahagi lamang, hugasan at hiniwa
- 2 sibuyas ng bawang, halos tinadtad
- Asin at sariwang giniling na itim na paminta
- Mga 1 pound na patatas, medium-diced
- 3 medium o 2 malalaking carrots, gupitin sa ¼-inch na hiwa
- 4 na tangkay ng kintsay, gupitin sa ¼-pulgada na hiwa
- 2 katamtamang dilaw na kalabasa, hinati nang pahaba at gupitin ng crosswise sa ¼-inch half-moons
- 1 zucchini, hinati nang pahaba at gupitin ng crosswise sa ¼-inch half-moons
- 8 ounces green beans, pinutol ang mga dulo, gupitin sa ½ pulgadang piraso
- 1 libra frozen na mga gisantes (o sariwa kung mayroon kang mga ito)
- 3½ tasa ng nilutong beans kasama ang kanilang cooking liquid, gawang bahay, o 2 (15-onsa) na cans beans, hindi pinatuyo
- 2 tasang Chicken Stock
- Isang balat ng Parmesan
- 1 (28-onsa) lata ng buong binalatan na kamatis, dinurog gamit ang kamay
- Pasta at Paghahain
- asin
- 3 hanggang 4 na onsa na pinatuyong pasta bawat tao, tulad ng orecchiette o medium shell
- Bagong gadgad na Parmigiano-Reggiano o isang matigas na gulang na keso na gusto mo
- Extra-virgin olive oil
- Halos napunit na sariwang basil

MGA TAGUBILIN:

a) Sa isang heavy-bottomed soup pot, painitin ang langis ng oliba at mantikilya sa katamtamang mababang init (ang layunin ay upang bumuo ng lasa nang dahan-dahan sa simula). Kapag natunaw na ang mantikilya, idagdag ang leeks at bawang at hayaang mabagal ang pawis nito. Timplahan sila ng asin at paminta; haluin paminsan-minsan (at masanay sa hakbang na ito, dahil gagawin mo ito sa tuwing magdadagdag ka ng bagong sangkap) hanggang sa malanta at lumambot ang mga ito, mga 4 na minuto.

b) Bigyang-pansin kung gaano kaganda ang amoy ng kusina, pagkatapos ay idagdag ang mga patatas, timplahan ng asin at paminta, haluin upang pagsamahin, at lutuin hanggang sa magsimula silang sumirit sa kawali. Idagdag ang mga karot, panahon, at ihalo. Sa ngayon ang kawali ay magsisimulang magsikip, kaya maaari mong taasan ang init sa katamtaman.

c) Ulitin ang mga hakbang na ito, idagdag ang bawat bagong sangkap, pampalasa, paghahalo, at hayaang sumirit bago lumipat sa susunod, idagdag sa ganitong pagkakasunud-sunod: kintsay, dilaw na kalabasa, zucchini, green beans, at mga gisantes. Dapat itong halos magmukhang gumagawa ka ng vegetable pot pie filling.

d) Idagdag ang beans, kasama ang kanilang likido, panahon, at pukawin. Ibuhos ang 2 tasang tubig at ang stock ng manok. Dagdagan ang init sa medium-high at idagdag ang Parmesan rind, paminsan-minsang pagpapakilos hanggang sa kumulo ang timpla. Panghuli, idagdag ang mga kamatis at ang kanilang mga katas, panimpla (oo, muli) na may asin at paminta, at dalhin ang buong palayok sa banayad na kumulo.

e) Bawasan ito sa isang hubad na kumulo at takpan ang palayok. Ipagpatuloy ang pag-simmer ng minestrone, paminsan-minsang pukawin ito, hanggang sa lumapot ito sa isang nakabubusog na nilagang, mga 3 oras. Tikman para sa pampalasa at ayusin ayon sa nakikita mong angkop.

f) Lutuin ang pasta: Pakuluan ang isang palayok ng tubig. Maayos na asin ang tubig. Magdagdag ng mas maraming pasta gaya ng bilang ng mga servings ng minestrone na pinaplano mong kainin at lutuin hanggang al dente ayon sa mga direksyon ng pakete. Alisan ng tubig ang pasta at ibalik ito sa palayok. Ibuhos ang sapat na minestrone upang ito ay higit na isang sopas na may pasta at hayaang kumulo ang timpla nang mga 30 segundo.

g) Upang ihain, sandok ang minestrone sa mga mangkok at itaas ang bawat isa ng keso, langis ng oliba, at basil. Kumain agad.

h) Hayaang lumamig nang lubusan ang anumang dagdag na minestrone (walang pasta) at iimbak ito sa refrigerator nang hanggang 7 araw, o sa freezer sa loob ng ilang buwan.

38. Spam Broccoli Rice Soup

MGA INGREDIENTS:
- 1 (12-ounce) lata ng Spam, diced
- 2 kutsarang mantikilya
- 1 maliit na sibuyas, pinong tinadtad
- 2 cloves ng bawang, tinadtad
- ¼ tasa ng all-purpose na harina
- 4 tasang sabaw ng manok o gulay
- 1 tasang nilutong puting bigas
- 2 tasang tinadtad na broccoli florets
- 1 tasang gatas
- 1 tasang ginutay-gutay na cheddar cheese
- Asin at paminta para lumasa

MGA TAGUBILIN:
a) Sa isang malaking palayok, matunaw ang mantikilya sa katamtamang init.
b) Idagdag ang diced Spam at igisa hanggang sa bahagyang browned. Alisin ang Spam mula sa palayok at itabi ito.
c) Sa parehong palayok, idagdag ang pinong tinadtad na sibuyas at igisa hanggang sa translucent.
d) Idagdag ang tinadtad na bawang at lutuin ng isa pang minuto hanggang mabango.
e) Iwiwisik ang all-purpose na harina sa sibuyas at bawang, patuloy na hinahalo upang bumuo ng roux.
f) Dahan-dahang ibuhos ang sabaw ng manok o gulay, patuloy na hinahalo upang maiwasan ang mga bukol.
g) Ilagay ang nilutong puting bigas at tinadtad na broccoli sa kaldero. Pakuluan ang timpla at hayaang maluto ito ng mga 10-15 minuto, o hanggang lumambot ang broccoli.
h) Paghaluin ang gatas at ginutay-gutay na cheddar cheese, hayaan silang matunaw sa sopas.
i) Timplahan ng asin at paminta ang Spam Broccoli Rice Soup ayon sa panlasa.
j) Ilagay ang sopas sa mga mangkok at ihain ito bilang isang creamy at nakabubusog na pagkain!

39. Vegan Minestrone kasama ang Miso Pesto

MGA INGREDIENTS:
- 2 kutsarang langis ng oliba
- 1 sibuyas ng bawang, tinadtad
- ¼ tasa diced puting sibuyas
- 2 tangkay ng kintsay, diced
- 1 katamtamang karot, diced
- Asin at sariwang giniling na itim na paminta
- ½ libra na pinatuyong beans
- 1½ tasa ng medium-diced malambot na berdeng gulay
- 1 tasa ng Miso-Spinach Pesto, o sa panlasa, sa temperatura ng kuwarto

MGA TAGUBILIN:
a) Sa isang heavy-bottomed soup pot, painitin ang 1 kutsara ng mantika sa katamtamang init hanggang sa kumikinang. Idagdag ang bawang, sibuyas, kintsay, at karot. Timplahan ng asin at paminta at igisa hanggang matuyo lang, mga 3 minuto.

b) Idagdag ang pinatuyong beans at magdagdag ng tubig upang takpan ng mga 3 pulgada. Pakuluan at timplahan ng asin upang ang lasa ng tubig ay parang mas kaunti lang ang asin kaysa sa sabaw na may masarap na lasa. Takpan ang kaldero at kumulo hanggang sa ganap na maluto ang beans, bantayan ang antas ng tubig at panatilihin ang hindi bababa sa kalahating pulgada ng tubig sa itaas ng beans. Naghahanap ka ng lutong beans at isang brothy consistency na hindi makapal na parang nilaga. Maaari itong tumagal kahit saan mula 1 hanggang 3 oras, depende sa beans. Kapag handa na ang beans, alisin ang kaldero mula sa apoy.

c) Sa isang kawali, painitin ang natitirang 1 kutsarang mantika sa medium-high heat. Idagdag ang mga berdeng gulay at timplahan ng asin at paminta. Lutuin ang mga ito hanggang sa sila ay bahagya pang maluto at mayroon pa ring kaunting kagat sa kanila, hinahalo paminsan-minsan, mga 2 minuto.

d) Idagdag ang sautéed vegetables sa kaldero ng beans at haluin ang lahat ng ito, tikman para sa pampalasa at pagsasaayos kung kinakailangan (habang isinasaisip na ang pesto ay may asin).

e) Ilagay ang sopas sa mga mangkok, na nilagyan ng isang maliit na piraso ng pesto. Kumain kaagad, hinahalo ang pesto habang kumakain ka.

40.Miso Sopas

MGA INGREDIENTS:
- 1 kutsarang pinatuyong wakame
- 3½ tasang Vegan Dashi
- ¼ tasa ng red miso paste (o anumang miso na mayroon ka)
- ¾ tasa o mga kabute na hiniwang manipis (button, shiitake, o cremini mushroom) o buong beech mushroom
- 10 ounces tofu, perpektong malasutla, pinatuyo at gupitin sa mga cube na kasing laki ng kagat
- asin
- 1 scallion, hiniwa ng manipis
- Ground sanshō pepper, white pepper, o black pepper (opsyonal)

MGA TAGUBILIN:
a) Ilagay ang wakame sa isang medium na mangkok at magdagdag ng malamig na tubig upang takpan ito ng mga 1 pulgada. Hayaang umupo para mag-rehydrate.

b) Samantala, sa isang katamtamang kasirola, init ang dashi sa katamtamang apoy hanggang mainit. Ilagay ang miso paste sa isang medium bowl (o sa isang malaking sandok ng sopas) at magdagdag ng 2 hanggang 3 kutsara ng dashi. Haluin ito ng dahan-dahan hanggang sa ito ay ganap na pinagsama-ito ay magpapanipis ng miso at hindi ito magkumpol sa sabaw-pagkatapos ay idagdag ito sa kasirola nang paunti-unti, patuloy na paghahalo.

c) Dalhin ang sopas sa banayad na kumulo at idagdag ang mga kabute at tofu, kumulo hanggang sa maluto lamang ang mga kabute at ganap na uminit ang tofu, mga 2 minuto. Alisan ng tubig ang wakame at idagdag ito sa palayok.

d) Tikman ang sabaw para sa pampalasa at ayusin kung kinakailangan na may asin. Ilagay ito sa mga mangkok, lagyan ang bawat isa ng kaunting scallion at isang sprinkle ng sanshō, puti, o itim na paminta kung gagamitin.

41.Bahagyang Beef Chili

MGA INGREDIENTS:
- 2 kutsarang langis ng oliba
- 1 kutsarang unsalted butter
- 1 tasa diced puting sibuyas (o anumang sibuyas)
- 3 sibuyas ng bawang, pinong tinadtad
- 1 serrano chile , diced
- Asin at sariwang giniling na itim na paminta
- 1 zucchini, diced
- 1 dilaw na kalabasa, diced
- 1 bungkos ng kale (mga 12 dahon), itinapon ang mga tangkay at midrib at tinadtad ang mga dahon
- 1 pound ground beef (anumang porsyento ng taba ay magiging mainam)
- 3 kutsarang sili na pulbos
- 1 kutsarita ng ground cumin
- 1 kutsarita ng bawang pulbos
- 1 tasang pulang lentil, banlawan
- 1¾ tasa ng nilutong beans na may likidong pangluto nito (mas gusto ko ang pulang bato, ngunit gagana ang alinman), gawang bahay, o 1 (15-onsa) na can beans, hindi pinatuyo
- 4 na tasang Stock ng Manok
- 1 (28-onsa) lata ng buong binalatan na kamatis, dinurog gamit ang kamay
- Mga Opsyon sa Topping
- Diced puting sibuyas
- Hiniwang tangkay ng cilantro
- kulay-gatas
- Grated matalim na cheddar cheese
- Yogurt
- Isang piga ng katas ng kalamansi

MGA TAGUBILIN:

a) Sa isang Dutch oven, init ang mantika at mantikilya sa katamtamang init hanggang sa matunaw ang mantikilya. Idagdag ang sibuyas, bawang, at sariwang sili . Timplahan ng asin at itim na paminta at haluin paminsan-minsan, hanggang malanta lang ang sibuyas, mga 3 minuto.

b) Idagdag ang zucchini at yellow squash at timplahan ng asin, pagkatapos ay haluin upang pagsamahin. Kapag ang palayok ay bumalik sa isang sizzle, idagdag ang kale, timplahan ng asin, at pukawin. Kapag medyo nalanta na ang kale, idagdag ang giniling na baka, chili powder, cumin, at garlic powder. Timplahan ang karne ng baka na may asin at itim na paminta at ihalo ang lahat. Walang dahilan upang subukang kayumanggi ang iyong karne ng baka sa ulam na ito-halos lamang ang lahat ng ito upang ang karne ay hindi maluto sa malalaking kumpol.

c) Haluin ang pulang lentil at ipagpatuloy ang paghahalo hanggang sa maayos silang magsama at magsimulang sumirit sa kawali. Ipagpatuloy ang pagluluto, paminsan-minsang pagpapakilos, hanggang sa maluto ang hilaw na kulay mula sa karne ng baka.

d) Idagdag ang beans at stock ng manok at dagdagan ang init sa mataas. Kapag ito ay bumubula, bawasan ito sa mahinang pagkulo, takpan, at ipagpatuloy ang pagkulo hanggang sa ang mga lentil ay lumambot nang mabuti, na binabantayan ang dami ng likido at magdagdag ng tubig kung kinakailangan-kung ang likido ay masyadong makapal, ang pulang lentil ay kukuha. napakatagal ng pagluluto. Ito ay malamang na tatagal ng mga 30 minuto.

e) Kapag lumambot na ang lentil, idagdag ang dinurog na kamatis. Ibalik ang sili sa mahinang kumulo, takpan, at lutuin ng 1 oras, hinahalo ang ilalim ng kaldero (ang mga pulang lentil ay minsan gustong dumikit sa ilalim). Dapat mong tapusin ang isang makapal, nakabubusog na parang nilaga. Tikman ito para sa pampalasa at ayusin kung kinakailangan.

f) Ihain ito sa mga mangkok na may mga toppings na iyong pinili.

42. Jewish Italian Chicken Noodle Soup

MGA INGREDIENTS:
- 7 tasang Stock ng Manok
- asin
- 8 ounces o higit pang lutong manok, pinunit sa kamay (mga 1 tasa; tingnan ang Tandaan)
- 2 medium carrots, gupitin sa ½-pulgada o higit pang mga bilog (mga 1 tasa)
- 3 tangkay ng kintsay, hiniwa sa ½ pulgada o higit pang mga piraso (mga 2 tasa)
- 1 tasa halos tinadtad na dilaw na sibuyas (mula sa maliit hanggang katamtamang sibuyas)
- 1 (8-onsa) russet potato, medium-diced
- Noodles at Serving
- asin
- 12 ounces na sobrang lapad na egg noodles o short semolina dried pasta, gaya ng medium shells o orecchiette
- Pinong tinadtad na sariwang flat-leaf parsley
- Bagong gadgad na Parmigiano-Reggiano na keso
- Bagong giniling na itim na paminta

MGA TAGUBILIN:

a) Sa isang 4-quart saucepan, dalhin ang stock ng manok sa isang hubad na kumulo sa katamtamang init. Timplahan ng asin ayon sa panlasa—maaari pa nga itong bahagyang mag-oversalted, dahil mabababad ng mga gulay at manok ang maraming pampalasa na iyon. Idagdag ang manok, karot, kintsay, sibuyas, at patatas at bumalik sa kumulo. Bawasan ang apoy sa isang hubad na kumulo, takpan, at lutuin hanggang ang lahat ng langutngot ay umalis sa mga gulay ngunit hindi sila malambot, mga 20 minuto. Tikman ang sabaw para sa pampalasa at magdagdag ng higit pang asin kung kinakailangan. Kapag luto na ang mga gulay, maaari mong alisin sa apoy at panatilihin itong takpan hanggang handa ka nang lutuin ang pansit.

b) Maglulto ng noodles: Kapag oras na para kumain, pakuluan ang isang palayok ng masaganang inasnan na tubig ng pasta. Idagdag ang egg noodles at lutuin sa al dente ayon sa mga direksyon ng pakete. Patuyuin ang mga ito at hatiin ang mga ito sa mga mangkok—gusto ko ang isang disenteng dami ng noodles sa aking mangkok, kaya malamang na punuin ko ang mangkok nang halos kalahati ng noodles. Ngunit lahat ay maaaring gawin ito sa kanilang sariling panlasa.

c) Ilagay ang mainit na sopas sa ibabaw ng noodles, siguraduhing makakuha ng maraming sabaw. Itaas ang mga mangkok na may sprinkle ng parsley, Parmesan cheese, at ilang malalaking bitak ng black pepper. Kumain ka agad.

d) Ang mga natira ay umiinit nang mabuti—siguraduhin lamang na hindi mo, sa anumang pagkakataon, itago ang egg noodles sa palayok na may sabaw. Itabi nang hiwalay ang natirang pansit at sopas.

43. Clam, Shrimp, at Crab Chowder

MGA INGREDIENTS:
- ½ pound bacon, tinadtad
- 1 malaking dilaw na sibuyas, diced
- 2 medium carrots, binalatan at diced
- 2 tangkay ng kintsay, diced
- 2½ tasa ng seafood stock
- 2 malalaking pulang patatas, binalatan at hiniwa
- 3 sibuyas ng bawang, tinadtad
- ¾ tasa (1½ stick) inasnan na mantikilya
- ¾ tasa ng all-purpose na harina
- 2 tasang mabigat na cream
- 2 tasang buong gatas
- 1 tasang tinadtad na kabibe
- ½ tasang karne ng alimango
- 2 kutsarita ng kosher na asin
- 1 kutsarita ng ground black pepper
- ½ pound medium raw hipon, binalatan at deveined
- 2 kutsarang tinadtad na sariwang perehil

MGA TAGUBILIN

a) Ihagis ang bacon sa isang malaking kaldero, at gawing medium ang init. Lutuin ang bacon hanggang sa ito ay malutong. Pagkatapos ay alisin ito mula sa palayok, inilalaan ang taba sa palayok, at itakda ang bacon sa gilid.

b) Idagdag ang sibuyas, karot, at kintsay sa kaldero. Lutuin hanggang sa maging maganda at malambot, pagkatapos ay ibuhos ang stock ng seafood. Idagdag ang patatas at bawang, at kumulo ng mga 15 minuto, sa katamtamang init pa rin.

c) Habang nagluluto iyon, sa isang medium na kasirola, idagdag ang mantikilya at tunawin ito sa katamtamang init. Budburan ang harina at ihalo. Magluto ng 3 minuto, patuloy na pagpapakilos, pagkatapos ay ibuhos ang cream at gatas. Siguraduhing kumulo para walang bukol!

d) Ibuhos ang pinaghalong mantikilya-at-harina sa malaking palayok kasama ang iba pang mga sangkap, at haluin. Idagdag ang mga tulya, alimango, asin, at itim na paminta. Paghaluin ang mga sangkap, pagkatapos ay bawasan ang apoy sa mababang.

e) Idagdag ang hipon at bacon, at haluin. Kumulo ng 15 minuto. Ibabaw ng sariwang perehil bago ihain.

44. Nilagang Brunswick

MGA INGREDIENTS:
- 6 tasang sabaw ng manok
- 2 tasang Slow Cooker BBQ na Hinila na Baboy
- 2 tasang tinadtad na manok, niluto
- 2 tasang frozen o tuyo na limang beans
- 3 medium russet na patatas, binalatan at hiniwa
- 1 (14-onsa) na maaaring diced na kamatis sa tomato juice
- 1 malaking pulang sibuyas, diced
- 1½ tasa ng frozen na mga gisantes at karot
- 1½ tasang frozen okra
- 1 tasang frozen na mais
- 1 tasang hickory BBQ sauce
- 3 sibuyas ng bawang, tinadtad
- 2 kutsarang Worcestershire sauce
- 2½ kutsarita ng asin
- 1 kutsarita ng ground black pepper
- ½ kutsarita ng giniling na kumin

MGA TAGUBILIN

a) Idagdag ang lahat ng sangkap sa isang 6-quart na slow cooker. Haluin hanggang sa maayos ang lahat. Ilagay ang takip sa mabagal na kusinilya, at itakda ang init sa mahina.

b) Magluto ng 5 oras, pagkatapos ay ihain. Ang anumang natira ay maaaring itago sa isang lalagyan ng airtight sa refrigerator nang hanggang 5 araw.

45. Gumbo

MGA INGREDIENTS:

- 1¼ tasa ng langis ng gulay, hinati
- 1 pound walang buto, walang balat na mga hita ng manok
- 2 kutsarita ng pampalasa ng asin, hinati
- 1½ kutsarita ng ground black pepper, hinati
- 1 kutsarita na pampalasa ng manok
- 1 kutsarita pulbos ng sibuyas
- 1 kutsarita ng bawang pulbos
- 2 quarts sabaw ng manok, hinati
- 1½ tasang tinadtad na kintsay
- 2 malalaking berdeng paminta, tinadtad
- 1 malaking dilaw na sibuyas, tinadtad
- 2 kutsaritang tinadtad na bawang
- ½ tasang all-purpose na harina
- 1 pound andouille sausage, tinadtad
- 1 (14-onsa) na lata ng diced na kamatis
- 3 hanggang 4 na dahon ng bay
- ½ pound okra, tinadtad
- 1 tasang pinatuyong hipon
- 2 pounds Alaskan king crab
- 1 libra malaking hipon, binalatan at hiniwa
- 2½ kutsarita ng giniling na gumbo filé
- Tinadtad na sariwang perehil, para sa dekorasyon

MGA TAGUBILIN

a) Sa katamtamang kawali sa katamtamang init, ibuhos ang ¼ tasa ng langis ng gulay. Kapag mainit na ang mantika, ilagay ang mga hita ng manok sa kawali. Timplahan ang manok ng 1 kutsarita ng pampalasa na asin, ½ kutsarita ng itim na paminta, pampalasa ng manok, pulbos ng sibuyas, at pulbos ng bawang. Kayumanggi ang bawat panig ng manok, mga 5 minuto bawat gilid, pagkatapos ay ibuhos ang ½ tasa ng sabaw ng manok. Takpan ang kawali at hayaang maluto ang manok hanggang sa tuluyang maluto, mga 15 minuto. Kapag tapos na, alisin ang manok mula sa kawali at ilagay sa gilid sa isang plato.

b) Sa parehong kawali, idagdag ang kintsay, kampanilya, at sibuyas, at lutuin ng 2 minuto. Idagdag ang bawang, at lutuin hanggang ang mga gulay ay maging maganda at transparent, pagkatapos ay patayin ang apoy.

c) Sa isang malaking kaldero sa katamtamang init, ibuhos ang natitirang 1 tasa ng langis ng gulay. Kapag ang mantika ay mainit na, simulan ang pagwiwisik ng harina nang kaunti sa isang pagkakataon. Haluin nang tuluy-tuloy upang maiwasan ang mga bukol at lutuin hanggang sa maging kulay peanut butter–kayumanggi ang roux, mga 30 minuto.

d) Kapag maganda at kayumanggi na ang roux, dahan-dahang ibuhos ang natitirang sabaw ng manok. Idagdag ang nilutong gulay, manok, at sausage. Paghaluin ang lahat, at iwiwisik ang natitirang 1 kutsarita ng asin at 1 kutsarita ng itim na paminta. Idagdag ang mga kamatis at dahon ng bay. Haluin, takpan, pagkatapos ay lutuin ng mga 20 minuto.

e) Ilagay ang tinadtad na okra at tuyong hipon. Haluin, takpan, at pakuluan ng 20 minuto pa.

f) Ngayon idagdag ang alimango. Siguraduhin na ang alimango at iba pang sangkap ay mahusay na natatakpan ng sabaw. Kumulo ng isa pang 20 minuto, pagkatapos ay ihagis ang hilaw na hipon. Paghaluin ang mga sangkap at bawasan ang init sa mababang.

g) Iwiwisik ang gumbo filé, haluin, at lutuin ng 7 minuto. Patayin ang init at hayaang umupo ang gumbo ng ilang minuto. Palamutihan ng perehil, at ihain kasama ng steamed rice o cornbread.

46. Shrimp Étouffée

MGA INGREDIENTS:
- ½ tasa ng inasnan na mantikilya
- ½ tasang all-purpose na harina
- 1 kutsarang langis ng gulay
- 1 malaking berdeng paminta, diced
- ½ katamtamang sibuyas, diced
- 2 tangkay ng kintsay, diced
- 3 sibuyas ng bawang, tinadtad
- 1 (14-onsa) na lata ng diced na kamatis
- 1 kutsarang tomato paste
- 2 tasang sabaw ng manok o seafood stock
- 2 sanga ng sariwang thyme, at higit pa para sa dekorasyon
- 1½ kutsarita ng Creole seasoning
- 1 kutsarita ng Worcestershire sauce
- ½ kutsarita ng ground black pepper
- ½ kutsarita ng red pepper flakes
- 2 pounds raw jumbo shrimp, binalatan at hiniwa
- 2 tasang nilutong puting bigas

MGA TAGUBILIN

a) Sa isang malaking kasirola sa katamtamang init, matunaw ang mantikilya. Kapag ang mantikilya ay natunaw, idagdag ang harina at haluin hanggang ang lahat ay maayos na pinagsama. Lutuin ang roux hanggang sa umabot ito ng maganda, mayaman na kayumangging kulay, 10 hanggang 15 minuto, ngunit siguraduhing huwag itong sunugin!

b) Idagdag ang bell peppers, sibuyas, kintsay, at bawang. Lutuin hanggang lumambot ang mga gulay, 3 hanggang 5 minuto. Pagkatapos ay idagdag ang diced tomatoes at tomato paste. Dahan-dahang ibuhos ang sabaw at ihagis ang sariwang thyme. Paghaluin hanggang sa maayos ang lahat, pagkatapos ay iwiwisik ang Creole seasoning, Worcestershire sauce, black pepper, at red pepper flakes. Paghaluin ang mga sangkap, at hayaang magluto ng 5 minuto sa medium-high heat.

c) Dahan-dahang simulan ang pagdaragdag ng hipon, at haluin. Bawasan ang apoy sa mahina at lutuin ng 5 minuto pa. Alisin ang thyme sprigs. Palamutihan ng thyme at ihain kasama ng mainit na kanin.

47. Nilagang Oxtail

MGA INGREDIENTS:
- ½ tasang all-purpose na harina
- 3½ kutsarita na pampalasa ng asin
- 2 kutsarita ng paprika
- ½ kutsarita ng ground black pepper
- 4 pounds oxtails, taba na pinutol
- ¼ tasa ng langis ng gulay
- 1 malaking dilaw na sibuyas, tinadtad
- 1 (14.5-onsa) na lata ng diced na kamatis
- 4 na sibuyas ng bawang
- 3 sanga ng sariwang thyme
- 3 dahon ng bay
- 1 (6-onsa) lata ng tomato paste
- 1 quart (32 ounces) na sabaw ng baka
- 1 pound baby carrots
- 1½ pounds baby red potatoes, tinadtad

MGA TAGUBILIN

a) Kumuha ng malaking ziplock freezer bag, at idagdag ang harina, pampalasa ng asin, paprika, at itim na paminta. Iling ang bag upang matiyak na maayos ang lahat. Simulan ang pagdaragdag sa mga oxtail, nang paisa-isa, at kalugin ang bag upang mabalot ang mga ito. Kapag ang mga oxtail ay pinahiran, ilagay ang mga ito sa isang plato o baking sheet.

b) Sa isang malaking kawali sa katamtamang init, ibuhos ang langis ng gulay. Kapag ang langis ay mainit na, simulan ang pagdaragdag sa mga oxtail. Kayumanggi ang lahat ng mga ibabaw ng oxtails, mga 3 minuto sa bawat panig, pagkatapos ay alisin mula sa kawali at ilagay ang mga ito sa isang 6-quart na slow cooker.

c) Ihagis ang sibuyas sa kawali at lutuin hanggang malambot. Idagdag sa slow cooker na may mga oxtail, kasama ang mga kamatis, bawang, thyme, at bay leaves.

d) Sa isang malaking mangkok, pagsamahin ang tomato paste at sabaw ng baka, at ihalo hanggang sa maayos na pinagsama. Ibuhos ang halo na ito sa mabagal na kusinilya, itakda ang mabagal na kusinilya sa mababang, at lutuin ng 6 na oras.

e) Idagdag ang mga karot at patatas, ihalo, at lutuin ng 2 higit pang oras. Pagkatapos ay maglingkod at magsaya!

MGA BROTSH AT STOCKS

48. Sabaw ng Buto ng Isda

MGA INGREDIENTS:
- 2 libra ng ulo o bangkay ng isda
- Asin sa panlasa
- 7 – 8 quarts' tubig + dagdag sa blanch
- 2 pulgadang luya, hiniwa
- 2 kutsarang lemon juice

MGA TAGUBILIN:
a) Upang paputiin ang isda: Magdagdag ng tubig at mga ulo ng isda sa isang malaking palayok. Ilagay ang palayok sa mataas na init.
b) Kapag kumulo na, patayin ang apoy at itapon ang tubig.
c) Ilagay muli ang isda sa palayok. Ibuhos ang 7-8 quarts ng tubig.
d) Ilagay ang palayok sa mataas na init. Magdagdag ng luya, asin, at lemon juice.
e) Kapag kumulo ang timpla, bawasan ang apoy at takpan ng takip. Kumulo ng 4 na oras.
f) Alisan sa init. Kapag lumamig na, salain sa isang malaking garapon na may wire mesh strainer.
g) Palamigin sa loob ng 5-6 na araw. Ang hindi nagamit na sabaw ay maaaring i-freeze.

49. Sabaw ng Baka at Gulay

MGA INGREDIENTS:
- 16 ounces ng tomato sauce
- 1 pulang mainit na paminta
- 1 kutsarita ng asin
- 1 repolyo, tinadtad
- 15 onsa Ingles na mga gisantes
- 1 libra na nilagang baka, cubed
- 1 kutsarita ng paminta
- 7 tasa ng tubig
- 2 buto ng sabaw ng baka
- 4 na patatas, gupitin
- 4 na karot, tinadtad
- 17 ounces buong kernel corn

MGA TAGUBILIN:
a) Pagsamahin ang mga sangkap sa isang Crockpot.
b) Magluto sa mababang para sa 3 oras.

50. Sabaw Joumou sa Sabaw na palayok

MGA INGREDIENTS:
- 1 tasa plus 1 kutsarang distilled white vinegar, hinati
- 1 libra beef shank, i-cubed at banlawan sa suka
- 2 singkamas, pinong tinadtad
- 1 berdeng Scotch bonnet o habanero chile
- 1 pound stew chuck beef, nilagyan ng cube at binanlawan sa suka
- 1 tasang Epis Seasoning Base
- 1 medium na kalabasa ng calabaza , binalatan at ni-cube
- 3 russet na patatas, pinong tinadtad
- 3 kutsarang sariwang katas ng kalamansi
- 1 kutsarang tinimplahan ng asin
- 15 tasa ng sabaw ng baka o gulay, hinati
- 1 libra buto ng baka
- 3 karot, hiniwa
- ½ berdeng repolyo, hiniwa nang napakanipis
- 1 sibuyas, hiniwa
- 1 tangkay ng kintsay, tinadtad nang magaspang
- 1 leek, puti at maputlang berdeng bahagi lamang, pinong tinadtad
- 1 sanga ng thyme
- 2 kutsarang langis ng oliba
- 1½ tasang rigatoni
- 6 buong clove
- 1 kutsarita ng bawang pulbos
- 1 kutsarita pulbos ng sibuyas
- 2 ½ kutsarita ng kosher salt, dagdag pa
- ½ kutsarita na sariwang giniling na itim na paminta, at higit pa
- Kurot ng cayenne pepper, dagdag pa
- 1 sanga ng perehil
- 1 kutsarang unsalted butter

MAGLINGKOD
- Crusty na tinapay

MGA TAGUBILIN:

a) Pagsamahin ang katas ng kalamansi, tinimplang asin, at Epis Seasoning Base.
b) Magdagdag ng karne ng baka, at inatsara nang hindi bababa sa 30 minuto o magdamag.
c) Sa isang napaka Broth pot, magpainit ng 5 tasa ng sabaw sa katamtamang init.
d) Idagdag ang marinated beef at ang mga buto, takpan ang kaldero at kumulo ng mga 40 minuto.
e) Ilagay ang kalabasa sa kasirola sa ibabaw ng karne ng baka, takpan ito, at lutuin ng 20 hanggang 25 minuto, o hanggang lumambot ang tinidor.
f) Ilipat ang Squash sa isang blender. Magdagdag ng 4 na tasa ng sabaw, at katas hanggang makinis.
g) Ibalik sa kaldero at kumulo.
h) Idagdag ang natitirang 6 na tasa ng sabaw, ang patatas, karot, repolyo, sibuyas, kintsay, leek, singkamas, sili, rigatoni, cloves, pulbos ng bawang, pulbos ng sibuyas, asin, paminta, isang kurot ng cayenne, at ang natitirang mga gulay.
i) Kumulo ng 30 minuto.
j) Idagdag ang mantika, mantikilya, at huling kutsara ng suka.
k) Ilaga para sa karagdagang 15-20 minuto sa katamtamang mababang init, o hanggang ang karne ng baka ay sobrang malambot.
l) Ihain ang Sabaw sa mga mangkok na may tinapay sa gilid.

51. Maaliwalas na sopas ng salmon

MGA INGREDIENTS:
- 6 tasa Tubig
- 1½ libra Mga amoy, buo; nilinis ng mabuti
- 1 Sibuyas, med
- 1 Karot, malaki; binalatan quartered
- 1 Leek (puti lang)
- 1 Tangkay ng kintsay; may mga dahon
- 1 Parsnip; binalatan
- 1 Bouquet garni
- asin; sa panlasa
- 1 libra Mga pampaganda ng salmon
- ¾ tasa Alak, puti, tuyo
- 3 Patatas, bago
- 2 Karot, manipis; binalatan
- 1 Puti ng itlog
- 1 Kabibi; durog
- 1 libra Salmon fillet, binalatan
- 5 kutsara Scallion; tinadtad
- Mga hiwa ng lemon, manipis

MGA TAGUBILIN:
- Sa isang malaking stock pot, ilagay ang tubig, mga smelts, sibuyas, quartered carrot, leek, celery, parsnip, bouquet garni , at asin at paminta, at pakuluan sa mataas na init, pana-panahong alisin ang bula habang umaakyat ito sa itaas.
- Takpan ang kaldero, bawasan ang apoy, at kumulo sa loob ng 35 minuto. Salain ang stock sa pamamagitan ng isang pinong salaan sa isang malinis na palayok, pinindot ang solids gamit ang likod ng isang kutsara upang makuha ang mas maraming likido hangga't maaari. Itapon ang mga solido.
- Ibalik ang stock sa init at idagdag ang salmon trimmings, alak, patatas, at manipis na karot. Pakuluan, pagkatapos ay bawasan ang apoy sa mababang at kumulo, natatakpan, hanggang sa malambot ang mga gulay mga 25 minuto. Salain ang stock sa isang malinis na palayok, itapon ang lahat ng solids maliban sa patatas at lahat ng karot.
- Banlawan ang mga patatas at karot na mag-ingat na huwag i-mash ang mga ito, at itabi. Ibalik ang stock sa mababang init at kumulo ng ilang minuto. Idagdag ang puti ng itlog at shell at dagdagan ang init sa medium-high.
- Pakuluan, patuloy na matalo, gamit ang wire whisk. Kapag kumulo ang stock, ang puti ng itlog ay magsisimulang tumaas sa ibabaw. Sa puntong ito, patayin ang apoy at hayaang tumayo ng limang minuto. Lagyan ng isang colander ang isang double layer ng dampened cheesecloth at salain ang stock sa isang malinis na palayok.
- Idagdag ang mga fillet ng isda sa stock at i-poach sa medium-low heat hanggang maluto; limang minuto. Tikman at ayusin ang mga panimpla. Hatiin ang mga nakareserbang patatas at gupitin sa mga wedges. Gupitin ang mga karot sa pinong dice.
- Hatiin ang mga fillet ng isda sa anim na mangkok ng sopas. Magdagdag ng ilang potato wedges at diced carrots sa bawat mangkok. Ilagay ang stock sa mga mangkok, budburan ng mga scallion, at palamutihan ng mga hiwa ng lemon.

52. Beef Brisket at Tripe Broth

MGA INGREDIENTS:
- 1 scallion, tinadtad
- 1 pakete ng oxtail bones kasama ang karne
- Panimpla sa panlasa
- 1 ½ galon ng tubig

MGA TAGUBILIN:
a) Idagdag ang oxtail sa isang mangkok na naglalaman ng tubig at hayaan itong magbabad, alisin ang labis na dugo, palitan ang tubig ng 2-3 beses.
b) Kapag handa na idagdag ang mga buto sa isang malaking palayok at takpan ang mga ito ng 1 ½ galon ng tubig.
c) Ilagay sa kalan at lutuin ang pinakamababang 6 na oras, mas mahaba ang iyong pagluluto mas masarap ang lasa at karne.
d) Habang nagluluto ito, patuloy na i-skim ang mantika na lumalabas sa itaas, panatilihing humigit-kumulang 1 galon ang antas ng tubig habang nagluluto.
e) Kapag tapos na ang kulay ay dapat na mukhang creamy.
f) Itama ang pampalasa.
g) Ihain sa mga mangkok na may oxtail at ikalat ang tinadtad na scallion sa ibabaw.

53.sabaw ng miso

MGA INGREDIENTS:
- 1 medium carrot (binalatan at tinadtad)
- ½ sibuyas (binalatan at halos tinadtad)
- ½ mansanas (tinadtad, binalatan at halos hiniwa)
- 1 tangkay ng kintsay (halos hiniwa)
- 3 cloves ng bawang (binalatan)
- 120 ML ng langis ng niyog
- 2 kutsarang sesame oil
- 340 g ng giniling na karne
- 2 kutsarita ng sariwang luya (hiniwa)
- 1 kutsarita ng siracha
- 2 kutsarang toyo
- 1 kutsarita apple cider vinegar
- 1 kutsarita ng asin
- 1 kutsarang linga
- 175 ML miso
- 175 ML pulang miso
- 475 ML ng manok o gulay Sabaw

MGA TAGUBILIN:
f) Ikabit ng makinis ang carrot, sibuyas, mansanas at celery stick.

g) Ilagay ang coconut oil at 1 kutsarita ng sesame oil sa isang malaking kawali sa katamtamang init. Pagkatapos ang mga tinadtad na gulay at prutas ay pinirito sa kawali para sa mga 10-12 minuto, hanggang sa ang sibuyas ay translucent at ang mansanas ay bahagyang browned. Pagkatapos ay bahagyang bawasan ang init.

h) Idagdag ang mead sa kawali at maghintay ng mga 8-10 minuto hanggang sa hindi na pink ang mead. Idagdag ang luya, toyo, apple cider vinegar at asin at haluing mabuti ang lahat.

i) Ilagay ang buong timpla sa food processor hanggang sa makinis na giling ang karne.

j) Idagdag ang sesame seeds at miso sa pinaghalong halo at haluing mabuti. Ang pagkakapare-pareho ay dapat na tulad ng isang makapal na i-paste. Lumilikha ito ng miso foundation.

k) Pakuluin ang sabaw ng gulay o manok. Magdagdag ng 6 na kutsarita ng miso foundation.

l) Ilagay ang handa na Sabaw sa dalawang mangkok (tinatayang 235 ml bawat isa) at magdagdag ng pasta at mga toppings ayon sa gusto.

54. Tonkotsu sabaw

MGA INGREDIENTS:
- Seabura (lutong baboy loin)
- 700 g saddle ng baboy, gupitin sa mga piraso
- tubig

TONKOTSU BROTH
- 225 g talampakan ng manok (hugasan, walang balat at walang mga daliri sa paa)
- 3.6 - 4.5 kg na buko ng baboy (sirang, para sa bone marrow)
- 455 g patatas (binalatan at halos hiniwa)
- 4.7 litro ng tubig
- Shiodare (para sa maalat na lasa)
- 1 malaking parihabang piraso ng kombu
- 2 maliit na pinatuyong Shiitake mushroom (durog)
- 946 ml ng tubig
- 2 kutsarita ng bonito flakes
- 300 g carpet shell
- 140 g ng asin
- Shoyu dare (para sa lasa ng toyo)

MGA TAGUBILIN:
a) Bago ka magsimula, maghanda ng chashu .
b) Magsimula sa Seabura : ilagay ang pork loin sa isang kasirola at takpan ng tubig. Pakuluan sandali ang tubig at hayaang kumulo ng 4 na oras.
c) Pagluluto ng sabaw ng Tonkotsu : Pakuluan ang tubig sa isang hiwalay na kasirola. Paputiin ang mga paa ng manok, patuyuin ang mga ito, at ilagay ang mga ito sa isang pressure cooker na may pork knuckle at patatas. Takpan ang lahat ng 4.7 litro ng tubig. Siguraduhin na ang tubig at iba pang mga sangkap ay hindi mapuno ng higit sa kalahati ng iyong palayok.
d) Painitin ang palayok hanggang sa lumabas ang singaw mula sa pressure valve (maaaring tumagal ito ng hanggang 20 minuto). Maghintay humigit-kumulang. 10 minuto hanggang mapuno ng singaw ang palayok. Itakda ang init sa pinakamataas na antas at hayaan itong magluto ng isang oras.
e) Paggawa ng Shiodare : Kumuha ng medium saucepan at pakuluan ang kombu, shiitake mushroom at 950 ml na tubig. Bawasan ang init at mga 5 minuto. Ilabas ang kombu at shiitake mushroom at ilipat ang likido sa isang malinis na medium saucepan.

f) Idagdag ang bonito flakes sa likido, dalhin ito sa isang pigsa. Hayaang kumulo ng 5 minuto. Pigain ang bonito flakes at alisin ang mga ito sa Sabaw. Ilagay ang Sabaw sa isang malinis na medium saucepan.

g) Pakuluan ang Sabaw at idagdag ang carpet clams. Hayaang kumulo ng 5 minuto. Alisin ang mga tahong gamit ang isang salaan. Ilipat ang isang litro ng sabaw sa isang bagong kasirola at idagdag ang asin (140 g).

h) Pagkatapos ng isang oras, alisin ang pressure cooker sa kalan at bitawan ang pressure. Dinurog ang buto ng baboy para malantad ang bone marrow. Lutuin ang buong bagay sa mababang temperatura para sa isa pang oras, pagpapakilos muli at muli.

i) Magdagdag ng isang kutsarita bawat isa ng chashu at shiodare sa Broth bowls na balak mong gamitin sa pagkain.

j) Kunin ang saddle ng baboy na kumukulo sa kalan at ibuhos ang tubig. Gupitin ang karne sa maliliit na piraso (mga 5 cm). Itulak ang buong piraso ng karne sa pamamagitan ng isang magaspang na salaan upang tadtarin ito. Handa na ang Seabura.

k) Salain ang Sabaw mula sa pressure cooker at ilagay ito sa isang hiwalay na kasirola at panatilihin itong mainit-init. Pakuluin muli ang Sabaw bago ihain.

l) Gupitin ang Chashu sa 6 mm na piraso at iprito ang mga ito sa isang kawali hanggang sa malutong.

m) Para matapos ang iyong Sabaw, idagdag ang mainit na Tonkotsu Broth (235 ml) sa mangkok ng Sabaw. Magdagdag ng isang kutsarita ng Seabura sa bawat serving. Magdagdag ng pasta at toppings ayon sa gusto mo.

Sabaw ng Sibuyas

MGA INGREDIENTS:
- 6 tasang sabaw ng baka
- 2 sibuyas (hiwain)
- 1 tangkay ng kintsay (hiwain)
- 1 karot (binalatan at tinadtad)
- 1 kutsarang bawang (tinadtad)
- ½ kutsarita luya (minced)
- 1 kutsarita ng sesame oil
- 1 tasang butones na mushroom (napakanipis na hiniwa)
- ½ tasang scallions (hiniwa)
- upang tikman ang asin at paminta
- tikman ang toyo (opsyonal)
- tikman ang Sriracha (opsyonal)

MGA TAGUBILIN:

a) Igisa ang mga sibuyas sa isang kaldero sa kaunting mantika hanggang sa bahagyang mag-caramelize. Mga 10 minuto.

b) Idagdag ang carrot, celery, bawang, at luya, sesame oil, at sabaw. Timplahan ng asin at paminta ayon sa panlasa.

c) Dalhin sa pigsa at pagkatapos ay kumulo sa loob ng 30 minuto.

d) Salain ang mga gulay mula sa sabaw.

e) Magdagdag ng isang dakot ng scallion at manipis na hiniwang mushroom sa mga mangkok. Sandok ang Sabaw sa ibabaw.

f) Opsyonal: Magdagdag ng isang splash ng toyo at sriracha sa panlasa.

55.Sabaw ng Ramen ng Baboy

MGA INGREDIENTS:
- 1.1 pounds na buto ng baboy, nang walang anumang karne, tinadtad sa malalaking piraso
- 2 ¾ pounds pig trotters, bahagi lamang ng binti, tinadtad sa mas maliliit na piraso
- 1 bangkay ng manok
- 5.3 onsa ng balat ng baboy
- 7 ½ quarts ng tubig at dagdag sa blanch

MGA TAGUBILIN:
a) Para sa pagpapaputi ng buto: Kumuha ng malaking palayok. Maglagay ng mga trotter ng baboy at mga buto ng baboy dito. Ibuhos ang sapat na tubig upang matakpan ang mga buto.
b) Ilagay ang palayok sa katamtamang apoy. Hayaang kumulo ng halos 10 minuto. Alisan sa init. Alisin ang mga buto at itabi ito.
c) Itapon ang tubig at banlawan ng mabuti ang palayok.
d) Linisin ang mga buto ng anumang namuong dugo at scum gamit ang isang matalim na kutsilyo. Siguraduhing alisin ang lahat ng ito.
e) Magdagdag ng 7.5 litro ng tubig sa isang malaking palayok. Pakuluan. Idagdag ang mga buto sa palayok. Gayundin, magdagdag ng balat ng baboy.
f) Ibaba ang init at hayaang kumulo.
g) Sa una, ang scum ay magsisimulang lumutang sa itaas. Alisin ang scum gamit ang isang malaking kutsara at itapon ito. Putulin din ang labis na taba.
h) Takpan ang palayok na may takip at kumulo ng mga 12-15 oras. Ang Sabaw ay bababa sa dami at magiging mas malapot at medyo maulap.
i) Alisan sa init. Kapag lumamig na, salain sa isang malaking garapon na may wire mesh strainer.
j) Palamigin sa loob ng 5-6 na araw. Ang hindi nagamit na sabaw ay maaaring i-freeze.
k) Upang ihain: Painitin nang maigi. Magdagdag ng asin at paminta sa panlasa at ihain.

56. Brown Beef Broth

MGA INGREDIENTS:
- 4 pounds Beef Mga buto ng sabaw
- 2 kutsarang langis ng oliba
- 1 kutsarang apple cider vinegar
- 1 sprig sariwang perehil
- 1 tangkay ng kintsay; tinadtad sa ikatlo
- 1 maliit na sibuyas; hindi binalatan at hinati
- 2 sibuyas ng bawang; tinadtad.
- 1 kutsarita ng tuyong dahon ng bay
- ½ kutsarang whole black peppercorns
- 1 kutsarita kosher salt

MGA TAGUBILIN:
a) Grasa ang isang baking tray na may langis ng oliba at ilagay ang mga buto ng baka dito.
b) Inihaw ang mga buto sa loob ng 30 minuto sa oven sa 420 F. I-flip ang mga buto at ihain ng isa pang 20 minuto
c) Punan ang instant pot ng tubig hanggang isang pulgada sa ibaba ng max line
d) Idagdag ang lahat ng mga sangkap; kasama ang inihaw na buto ng baka, sa tubig.
e) I-secure ang takip. I-on ang pressure release handle sa selyadong posisyon.
f) Piliin ang Manwal na function; itakda sa mataas na presyon at ayusin ang oras sa 75 minuto
g) Kapag ito ay beep; Natural Bitawan ang singaw sa loob ng 10 minuto at buksan ang instant na takip ng palayok.
h) Salain ang inihandang Sabaw sa pamamagitan ng isang mesh strainer at itapon ang lahat ng solids, Alisin ang lahat ng mga taba sa ibabaw at ihain nang mainit.

57. Maanghang na Sabaw ng Tupa

MGA INGREDIENTS:
- 2 libra na buto ng tupa
- ½ kutsarita puting paminta
- 1 kutsarita red pepper flakes
- 2 kutsarita ng sili na pulbos
- ¼ tasa ng red wine vinegar
- ¼ tasa ng kintsay, tinadtad
- 5 sibuyas ng bawang
- 1 sibuyas, hiniwa
- 1 kutsarita ng asin

MGA TAGUBILIN:
a) Idagdag ang lahat ng sangkap sa instant pot at ibuhos ang sapat na tubig upang takpan.
b) Takpan ang palayok at lutuin sa slow cook mode sa loob ng 6 na oras.
c) Hayaang magpalabas ng presyon nang natural sa loob ng 10 minuto pagkatapos ay bitawan gamit ang quick release method.
d) Salain sabaw at tindahan.

58.Klasikong Sabaw ng Baka

MGA INGREDIENTS:
- 2 kilo ng buto ng baka
- ½ kutsarita ng tuyo na basil
- 1 kutsarita ng peppercorns
- 4 na sibuyas ng bawang
- ½ tasang tangkay ng kintsay, tinadtad
- 2 kutsarang red wine vinegar
- 1 kutsarita ng asin sa dagat

MGA TAGUBILIN:
a) Idagdag ang lahat ng sangkap sa instant pot at ibuhos ang sapat na tubig upang takpan.
b) Takpan ng takip ang palayok at lutuin nang mataas sa loob ng 35 minuto.
c) Hayaang magpalabas ng presyon nang natural sa loob ng 10 minuto pagkatapos ay bitawan gamit ang quick release method.
d) Salain sabaw at tindahan.

59. Sabaw ng Baboy at Gulay

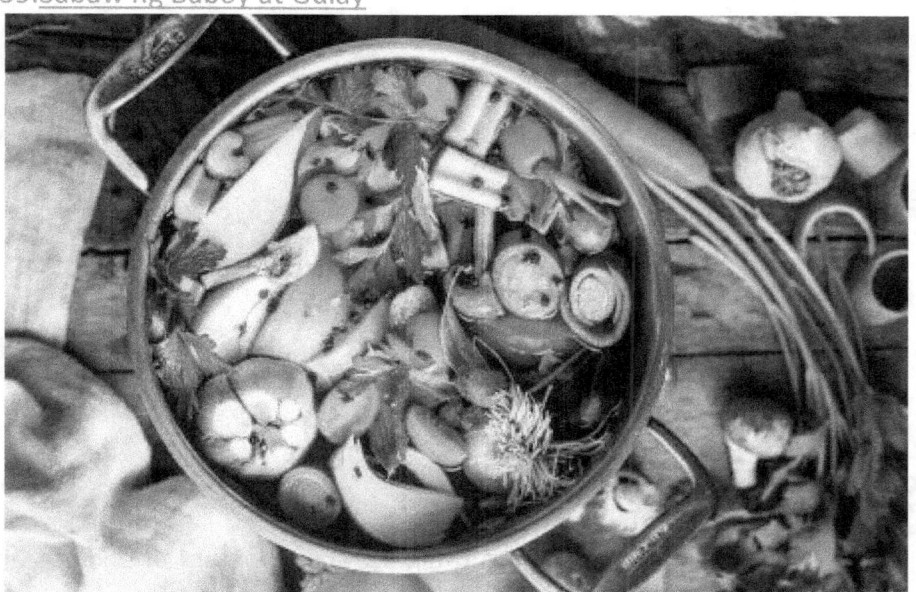

MGA INGREDIENTS:
- 2 pounds pastured na buto ng baboy
- ½ tasa ng karot; tinadtad.
- ½ tasang bell peppers
- ½ kutsarita buong black peppercorns
- 8 tasang tubig
- 1 kutsarita ng tuyong dahon ng bay
- 1 sprig sariwang perehil
- ½ tasa berdeng sibuyas; tinadtad.
- 1 tangkay ng kintsay; tinadtad sa ikatlo
- 1 maliit na sibuyas; hindi binalatan at hinati
- 1 kutsarita kosher salt

MGA TAGUBILIN:
a) Ibuhos ang tubig sa instant pot.
b) Idagdag ang lahat ng sangkap sa tubig. Isara ang instant pot lid at i-on ang pressure release handle sa selyadong posisyon.
c) Piliin ang Manwal na function; itakda sa mataas na presyon at ayusin ang timer sa 20 minuto
d) Kapag ito ay beep; Natural Bitawan ang singaw sa loob ng 10 minuto at buksan ang instant na takip ng palayok
e) Salain ang inihandang Sabaw sa pamamagitan ng isang mesh strainer at itapon ang lahat ng solids, Alisin ang lahat ng mga taba sa ibabaw at ihain nang mainit.

60. Beef Pepper Broth

MGA INGREDIENTS:
1. 4 pounds Beef Mga buto ng sabaw
2. 1 tasang pulang kampanilya paminta
3. 2 kutsarang langis ng oliba
4. 2 sibuyas ng bawang; tinadtad.
5. ¼ kutsarita ng red pepper flakes
6. 1 tangkay ng kintsay; tinadtad sa ikatlo
7. 1 maliit na sibuyas; hindi binalatan at hinati
8. ½ kutsarang whole black peppercorns
9. ¼ kutsarita ng turmeric ground
10. 1 kutsarita kosher salt

MGA TAGUBILIN:
a) Grasa ang baking tray ng olive oil at ilagay ang mga buto ng baka dito
b) Inihaw ang mga buto sa loob ng 30 minuto sa oven sa 420 F. I-flip ang mga buto at ihain ng isa pang 20 minuto
c) Punan ang instant pot ng tubig hanggang isang pulgada sa ibaba ng max line.
d) Idagdag ang lahat ng mga sangkap; kasama na ang inihaw na buto ng baka sa tubig.
e) I-secure ang takip. I-on ang pressure release handle sa selyadong posisyon.
f) Piliin ang Manwal na function; itakda sa mataas na presyon at ayusin ang oras sa 75 minuto
g) Kapag ito ay beep; Natural Bitawan ang singaw sa loob ng 10 minuto at buksan ang instant na takip ng palayok.
h) Salain ang inihandang Sabaw sa pamamagitan ng isang mesh strainer at itapon ang lahat ng solids, Alisin ang lahat ng mga taba sa ibabaw at ihain nang mainit.

61. Spicy Bone Broth with Greens

MGA INGREDIENTS:
- 4 ½ tasang sabaw ng buto
- 1-inch knob sariwang luya, hiniwa
- 1 sibuyas na bawang, dinurog
- ½ kutsarita ng giniling na turmeric, sa panlasa
- 2 o 3 black peppercorns
- Kurutin ang cayenne
- Kurutin ang kumin
- Pinch ground cardamom, opsyonal
- 2 tasang tinadtad na madilim na madahong gulay
- Celtic o Pink Himalayan salt, gamitin pagkatapos ihain

MGA TAGUBILIN:

a) Idagdag ang lahat ng sangkap, maliban sa mga gulay, sa isang palayok at bahagya na kumulo sa loob ng 10 hanggang 15 minuto.

b) Salain ang mga solid sa isang fine mesh strainer.

c) Magdagdag ng mga gulay sa sabaw at hayaang natatakpan ng 10 minuto para sa malambot na mga gulay tulad ng spinach. Para sa mas maraming fibrous na gulay tulad ng kale, bahagya na kumulo sa sabaw sa loob ng 10 hanggang 15 minuto.

62.Sabaw ng kaligtasan sa sakit

MGA INGREDIENTS:
- 2 kutsarang langis ng oliba
- 1½ tasang tinadtad na sibuyas
- 3 tangkay ng kintsay, hiniwa ng manipis
- 2 karot, hiniwa ng manipis
- 1-pound na hiniwang bitamina D na pinahusay na kabute
- 10 sibuyas ng bawang, tinadtad
- 8 tasang unsalted chicken Sabaw
- 4 na sanga ng thyme
- 2 dahon ng bay
- 15-ounce na lata ng unsalted chickpeas, pinatuyo
- 2 libra walang balat, buto-sa dibdib ng manok
- 1½ kutsarita kosher salt
- ½ kutsarita ng dinurog na pulang paminta
- 12 ounces kulot na kale, ang mga tangkay ay tinanggal, ang mga dahon ay napunit

MGA TAGUBILIN:
a) Init ang mantika sa isang Dutch oven sa katamtamang init.
b) Idagdag ang sibuyas, kintsay, at karot; magluto para sa 5 minuto, pagpapakilos paminsan-minsan.
c) Magluto ng 3 minuto, madalas na pagpapakilos, kasama ang mga mushroom at bawang.
d) Idagdag ang Broth, thyme, bay leaves, at chickpeas, at pakuluan.
e) Idagdag ang manok, asin, at pulang paminta; takpan at lutuin ng 25 minuto, o hanggang maluto ang manok.
f) Gamit ang dalawang tinidor, gutayin ang karne; itapon ang mga buto.
g) Haluin ang manok at kale; takpan at lutuin ng 5 minuto.
h) Alisin ang thyme sprigs at bay leaves.

63. Tonyu sabaw

MGA INGREDIENTS:
- 500 g mga buto ng pabo (nabasag)
- 1 litro ng soy milk
- 20 g luya (hiniwa)
- 1 stick ng leek (pinong tinadtad)
- asin
- 400 ML ng tubig

MGA TAGUBILIN:
p)   Kumuha ng isang malaking kasirola at idagdag ang mga buto ng pabo, leek, luya at 400 ML ng tubig.
q)   Hayaang maluto ang lahat ng halos 15 minuto nang sarado ang takip.
r)   Buksan ang takip at maghintay hanggang ang sabaw ay nabawasan sa humigit-kumulang. 100-150 ml.
s)   Idagdag ang soy milk at hayaang maluto ng isa pang 10 minuto. Babala: madaling masunog ang soy milk.
t)   Salain ang sabaw. Maglagay ng 235 ml bawat isa sa isang mangkok ng Sabaw. Magdagdag ng pasta at toppings ayon sa gusto mo.

64.Shoyu sabaw

MGA INGREDIENTS:
- 4 na kutsarita ng langis ng niyog
- 2 medium carrots (binalatan at halos tinadtad)
- ½ sibuyas (binalatan at halos tinadtad)
- 3 spring onion (hiniwa)
- 1 mansanas (tinadtad, binalatan at halos hiniwa)
- 2 tangkay ng kintsay (halos hiniwa)
- 5 cloves ng bawang (binalatan)
- 5 pinatuyong shiitake na mushroom (hiniwa sa maliliit na piraso)
- 1 buong manok
- 4 na oxtail na piraso (tinatayang 5 cm bawat isa)
- 1 lemon (quartered)
- 2.2 litro ng low-sodium chicken Broth
- 175 ML toyo
- 4 na kutsarang dashi granules
- 2 kutsarita ng asin
- ½ kutsarita puting paminta
- 1 dahon ng bay

MGA TAGUBILIN:

a) Ilagay ang langis ng niyog, karot, sibuyas, mansanas, kintsay, Knoblauch at ang pinatuyong Shiitake Pile sa kaserol.

b) Pagkatapos ay idagdag ang buong manok, oxtail at lemon. Ilagay ang Dutch oven sa oven sa loob ng 8-10 oras at painitin ito sa 90 ° C. Kapag madaling lumabas ang oxtail sa buto, tapos na ito.

c) Gumamit ng slotted na kutsara upang alisin ang mga magaspang na piraso. Salain ang natitira sa isang malaking kasirola. Dapat ay mayroon ka na ngayong kayumanggi, makintab, mataas na taba na Sabaw.

d) Dalhin ang Sabaw sa isang pigsa sa isang kasirola. Maglagay ng 235 ml ng Sabaw sa bawat mangkok ng Sabaw. Magdagdag ng pasta at toppings ayon sa gusto mo.

65. sabaw ng shio

MGA INGREDIENTS:
- 1 medium carrot (binalatan at tinadtad)
- ½ sibuyas (binalatan at halos tinadtad)
- 3 spring onion (hiniwa)
- ½ mansanas (tinadtad, binalatan at halos hiniwa)
- 1 tangkay ng kintsay (hiwa)
- 3 cloves ng bawang
- 5 sariwang shiitake mushroom
- 120 ML ng langis ng niyog
- 1 kutsarita ng sesame oil
- 3 kutsarang dashi granules
- 2 kutsarita ng asin

SAbaw:
- 2 kutsarang unsalted butter (bawat serving)
- Low-sodium na sabaw ng manok o gulay (235 ml bawat serving)
- Mirin (matamis na bigas na alak; 2 kutsarita bawat bahagi)
- 1 malaking parihabang piraso ng kombu (tinatayang 25 cm ang haba, halos hiwa)
- Mga tuyong shiitake na mushroom (durog; 2 mushroom bawat serving)

MGA TAGUBILIN:

m) Ilagay ang carrot, sibuyas, spring onion, apple, garlic cloves at ang sariwang shiitake mushroom sa food processor at i-chop ang lahat hanggang sa mabuo ang paste.

n) Init ang coconut oil at sesame oil sa isang medium saucepan sa medium heat. Idagdag ang paste ng prutas at gulay at lutuin ng mga 10-12 minuto. Pagkatapos ay idagdag ang dashi granules at asin. Haluin mabuti.

o) Para sa sabaw, ilagay ang mantikilya sa isang malaking kasirola at ilagay ito sa katamtamang init. Kapag ang mantikilya ay nagsimulang maging bahagyang kayumanggi at amoy nutty, idagdag ang manok o gulay na sabaw, mirin, kombu at pinatuyong shiitake na kabute. Dalhin ito sa isang pigsa.

p) Pagkatapos ay bawasan ang apoy at hayaang kumulo sa loob ng 15 minuto. Gumamit ng slotted na kutsara upang alisin ang mga magaspang na piraso. Idagdag ang Shio vegetable at fruit base.

q) Maglagay ng 235 ml bawat isa sa isang mangkok ng Sabaw. Magdagdag ng pasta at toppings ayon sa gusto mo.

66. Sabaw ng Buto ng Manok

MGA INGREDIENTS:
- 1 buto ng manok
- 6 tasang tubig
- ¼ tasang apple cider vinegar
- 1 kutsarang asin sa dagat

MGA TAGUBILIN:
a) Idagdag ang lahat ng sangkap sa instant pot.
b) Takpan ang palayok at lutuin sa manual mode sa loob ng 60 minuto.
c) Hayaang magpalabas ng presyon nang natural sa loob ng 10 minuto pagkatapos ay bitawan gamit ang quick release method.
d) Salain ang sabaw at itabi.

67.Manok ng kabute sabaw

MGA INGREDIENTS:
- 2 kutsarang langis ng niyog
- 1 ½ tasang tinadtad na sibuyas
- 3 tangkay ng kintsay, hiniwa ng manipis
- 2 malalaking karot, hiniwa nang manipis
- 1 pound pre-sliced vitamin D-enhanced mushroom
- 10 katamtamang sibuyas ng bawang, tinadtad
- 8 tasang unsalted chicken Sabaw
- 4 na sanga ng thyme
- 2 dahon ng bay 1 (15-ounce) lata na walang asin na chickpeas, pinatuyo
- 2 libra walang balat, buto-sa dibdib ng manok
- 1 ½ kutsarita kosher salt
- ½ kutsarang dinurog na pulang paminta
- 12 ounces kulot na kale, ang mga tangkay ay tinanggal, ang mga dahon ay napunit

MGA TAGUBILIN:
q) Sa isang malaking Dutch oven, init ang mantika sa katamtamang init.
r) Idagdag ang sibuyas, kintsay, at karot; kumulo sa loob ng 5 minuto, pana-panahong pagpapakilos. Idagdag ang mga mushroom at bawang at kumulo sa loob ng 3 minuto, pagpapakilos nang madalas.
s) Idagdag ang Broth, thyme, bay leaves, at chickpeas; dalhin sa kumulo. Idagdag ang manok, asin, at pulang paminta; takpan at lutuin ng mga 25 minuto, o hanggang maluto ang manok.
t) Alisin ang manok mula sa Dutch oven at itabi upang medyo lumamig. Gamit ang 2 tinidor, gutayin ang karne; itapon ang mga buto.
u) Haluin ang manok at kale; takpan at lutuin ng 5 minuto, o hanggang sa bahagyang lumambot ang kale.
v) Alisin ang bay leaves at thyme sprigs.
w) maglingkod.

68.Sabaw ng Turkey

MGA INGREDIENTS:
- 5 pounds turkey bones/frames, banlawan sa ilalim ng malamig na tubig
- 1-gallon malamig na tubig
- 12 ounces mirepoix
- Sachet (1 bay leaf, 2 sprigs fresh thyme, 5 whole black peppercorns, at 3 parsley stems, lahat ay nakabalot sa cheesecloth at tinalian ng butcher's twine)

MGA TAGUBILIN:
a) Ilagay ang mga buto ng pabo sa isang Broth pot at takpan ng malamig na tubig. Dalhin sa kumulo. Kapag ang mga dumi ay nagsimulang tumaas sa ibabaw, alisin ang mga ito at itapon.
b) Magdagdag ng sachet at mirepoix sa Sabaw na palayok. Magluto lamang sa ilalim ng kumulo sa loob ng 3-6 na oras, madalas na pag-skimming. Huwag hayaang kumulo.
c) Maghanda ng medium to fine mesh sieve na inilagay sa ibabaw ng stainless-steel na mangkok o lalagyan.
d) Sandok ang Sabaw sa pamamagitan ng takip ng China o chinois
e) Upang mabilis na palamig ang Sabaw, punuin ang lababo ng kaunting tubig ng yelo at ilagay ang lalagyan na may sabaw na sabaw sa paliguan ng yelo. Itabi sa refrigerator hanggang sa tumigas ang lahat ng natitirang taba sa ibabaw.
f) Iangat o i-skim ang taba sa malamig na Sabaw.
g) Gamitin ang Sabaw bilang batayan para sa gravy, Sabaw, o sa iyong palaman.

69. Cauliflower Vichyssoise

MGA INGREDIENTS:
- 2 kutsarang ghee
- 1 sibuyas na bawang, tinadtad
- 2 leeks, gupitin sa manipis na bilog
- 4 na tasa (1 quart) Sabaw ng Buto ng Manok
- ½ tasa ng de-latang full-fat na gata ng niyog
- 3 tasang cauliflower florets
- ½ kutsarita ng thyme
- 1 kutsarita Celtic o Pink Himalayan salt
- ½ kutsarita ng itim na paminta
- ½ kutsarita ng arrowroot na pinaghalo sa 1 kutsarang tubig

MGA TAGUBILIN:

a) Matunaw ang ghee sa isang malaking takure sa katamtamang init. Magdagdag ng bawang at leeks at bawasan ang init sa medium-low. Igisa ng 6 hanggang 8 minuto para lumambot.

b) Itaas ang init sa medium-high at magdagdag ng sabaw, gata ng niyog, cauliflower, thyme, asin, at paminta. Kapag nagsimulang kumulo ang sabaw, bawasan ang init sa medium-low at kumulo ng 15 hanggang 20 minuto hanggang maluto ang cauliflower.

c) Pure gamit ang hand-held immersion blender, blender, o food processor hanggang makinis at mag-atas. Bumalik sa takure at magdagdag ng arrowroot. Pakuluan hanggang lumapot ang Sabaw, magdagdag ng mas maraming arrowroot kung nais ng mas malapot na Sabaw.

70.Chicken Ginger Bone Broth

MGA INGREDIENTS:
- 2 kilo ng buto ng manok
- 1 dilaw o puting sibuyas, halos tinadtad
- 2 onsa sariwang luya, hiniwa
- 2 kutsarang apple cider vinegar
- 1 kutsarang buong peppercorns
- 2 dahon ng bay
- 8-10 tasa ng tubig

MGA TAGUBILIN:
a) Ilagay ang mga buto ng manok at lahat ng natitirang sangkap sa isang mabagal na kusinilya at takpan ng tubig.
b) Takpan at lutuin sa mababang init sa loob ng 12-18 oras.
c) Itapon ang lahat ng solids at salain ang sabaw ng buto sa pamamagitan ng pinong mesh strainer sa isang malaking mangkok. Salain muli sa pamamagitan ng cheesecloth upang alisin ang anumang natitirang mga particle kung ninanais.
d) Sandok sa mga airtight jar at iimbak sa refrigerator nang hanggang dalawang linggo, o i-freeze para magamit sa hinaharap.

71. Asparagus Sabaw ng Manok

MGA INGREDIENTS:
- 3 libra sariwang asparagus, pinutol
- 8 tasang sabaw ng manok/Sabaw
- 1 tasang tinadtad na shallots, tinadtad
- 1 kutsarita ng bawang, tinadtad
- ½ kutsarita ng asin
- ¼ kutsarita ng giniling na puting paminta

MGA TAGUBILIN:

a) Ihanda ang pressure canner.
b) Magdagdag ng tubig sa pressure canner.
c) Ipasok ang trivet at pakuluan ito sa katamtamang init.
d) Ilagay ang mga walang laman na garapon sa kumukulong tubig sa loob ng 5-10 minuto. Ngunit, huwag pakuluan.
e) Magdagdag ng langis ng oliba sa kawali. Magdagdag ng bawang at shallots at lutuin hanggang translucent.
f) Magdagdag ng sabaw ng baka o Sabaw sa katamtamang init. Alisin mula sa init.
g) Magdagdag ng ¼ tasa ng shallot o bawang, paminta, at asin sa bawat garapon.
h) Idagdag ang mainit na Sabaw, na nag-iiwan ng 1-inch na headspace.
i) Alisin ang anumang mga bula ng hangin.
j) Ilagay sa mga takip. Punasan ang gilid ng bawat garapon. Ilagay ang mga garapon sa pressure canner. I-lock ang takip. Dalhin ito sa isang pigsa. I-vent ang singaw sa loob ng 10 minuto.
k) Iproseso ang mga pint sa loob ng 75 minuto.
l) Kapag tapos na, patayin ang apoy. Alisin ang takip ng canner. Maghintay ng 10 minuto. Alisin ang mga garapon mula sa canner. Hayaang lumamig magdamag.

72.Mainit at Maasim na Sabaw

MGA INGREDIENTS:
- ½ tasang shiitake mushroom, hiniwa
- ½ tasang enoki mushroom
- ½ tasa ng karot, gupitin sa mga matchstick
- ½ tasang tangkay ng broccoli, gupitin sa mga posporo (mga tangkay, hindi mga bulaklak)
- 6 tasang Chicken Bone Broth
- ½ kutsaritang brown sugar
- 3 kutsarang balsamic vinegar
- ¼ (16-onsa) harangan ang sobrang matigas na tofu, gupitin sa mga piraso
- 2 kutsarang gawgaw, natunaw sa ¼ tasa ng malamig na tubig
- 1 itlog, pinalo
- ¾ kutsarita ng ground black pepper
- Mga sariwang dahon ng cilantro para sa dekorasyon

MGA TAGUBILIN:
a) Ilagay ang shiitake mushroom, enoki mushroom, carrots, broccoli stems at chicken bone broth sa isang malaking kasirola. Magdagdag ng isang pakurot ng asin at pakuluan.

b) Gawing medium ang init, ilagay ang asukal, suka at tofu. Dahan-dahang haluin.

c) Dahan-dahang haluin ang dissolved cornstarch sa Sabaw. Patuloy na haluin. Magsisimulang lumapot ang Sabaw. Idagdag ang pinalo na itlog at agad na simulan ang paghahalo. Patayin ang init. Ang itlog ay dapat masira sa napakaliit na piraso na lumulutang sa ibabaw ng Sabaw.

d) Timplahan muna ang Sabaw ng ¼ kutsarita ng black pepper. Tikman at magdagdag ng higit pa kung ninanais. (Nalaman ko na ang ¾ kutsarita ng itim na paminta ay perpekto para sa aking panlasa, ngunit maaari mong ayusin ang dami ayon sa iyong kagustuhan.) Ulam at palamutihan ng cilantro. Ihain nang mainit.

73.Tunay na Thai na Sabaw ng Gulay

MGA INGREDIENTS:
- 1 lata (13.66 onsa) na walang tamis na gata ng niyog
- 2 tasang Chicken Bone Broth (1 karton)
- ½ tasang pumpkin purée (opsyonal)
- ¼ tasang galangal, hiniwa
- 1 tangkay ng tanglad, hiniwa ng 1 pulgada ang haba
- ¼ tasa ng sibuyas, hiniwa
- 1 tasa ng broccoli florets, tinadtad
- ½ tasa ng karot, hiniwa
- ½ tasang matigas na tofu, hiniwa
- 1 Roma tomato, hiniwa
- 1 tasang kabute, hiniwa
- 2 kutsarang patis (o toyo o coconut aminos)
- 1 kutsarita ng brown sugar
- Asin sa panlasa
- 2 kutsarang katas ng kalamansi
- 1 tangkay spring onion, pinong tinadtad
- ½ kutsarang red pepper flakes
- Mga sariwang dahon ng cilantro para sa garnish at lime wedges para ihain

MGA TAGUBILIN:

a) Paghaluin ang gata ng niyog, sabaw ng buto ng manok, at pumpkin purée sa isang malaking palayok. Haluin at pakuluan.
b) Magdagdag ng galangal, tanglad, sibuyas, broccoli, at karot sa kasirola; lutuin sa sobrang init ng 2-3 minuto o hanggang mabango.
c) Magdagdag ng tofu, kamatis, at kabute; pakuluan muli. Ipagpatuloy ang pagluluto hanggang maluto ang mga gulay.
d) Timplahan ng patis (toyo o coconut aminos), asukal, at isang kurot na asin ayon sa panlasa.
e) Patayin ang init. Itapon ang tanglad at galangal. Haluin ang katas ng kalamansi, spring onion, at dinurog na sili.
f) Ulam at palamutihan ng dahon ng cilantro. Enjoy!

74.Slow Cooker Split Pea Broth

MGA INGREDIENTS:
- 1 tasang dilaw na sibuyas, diced
- 2 cloves ng bawang, tinadtad
- ½ kutsaritang pinatuyong oregano
- 1 ½ kutsarita kosher salt
- 1 kutsarita ng ground black pepper
- 2 tasa ng karot, diced
- 1 tasa pulang patatas, diced
- 1 tasang kintsay, diced
- 1 libra pinatuyong split peas
- 8 tasang Beef Bone Broth (4 na karton)
- Mga nilutong piraso ng bacon para sa paghahatid at tinadtad na cilantro para sa dekorasyon

MGA TAGUBILIN:

a) Ilagay ang lahat ng sangkap sa isang 4-quart (o mas malaki) na slow cooker. Takpan at lutuin sa mababang loob ng 8-10 oras.

b) Tikman upang ayusin ang lasa sa pamamagitan ng pagdaragdag ng higit pang asin kung ninanais.

c) Ilagay sa mga serving bowl at itaas ng nilutong mga piraso ng bacon at sariwang dahon ng cilantro bago ihain.

d) Enjoy!

MGA TINAPAY AT KASAMA

75. Mini Milk Bread Rolls

MGA INGREDIENTS:
- 600 g plain na harina
- 3 kutsarita ng instant yeast
- 1 kutsarita ng asin
- 1 kutsarang mantika
- 1 kutsarang pulot
- 375 ML ng gatas

MGA TAGUBILIN:

a) Ilagay ang plain flour, instant yeast, at asin sa isang malaking mixing bowl o sa bowl ng stand mixer.

b) Sukatin ang langis at pagkatapos ay gamitin ang parehong kutsara upang sukatin ang pulot. Ito ay dapat gumawa ng pulot madaling glide off ang kutsara.

c) Ibuhos ang gatas sa pinaghalong, at pagkatapos ay i-on ang panghalo sa mababang bilis.

d) Kapag ang timpla ay nagsama-sama sa isang magaspang na kuwarta, gawing katamtaman ang bilis at masahin ng 10 minuto hanggang sa maging malasutla at makinis ang masa.

e) Kung ikaw ay gumagawa sa pamamagitan ng kamay, ibuhos ang gatas at gumamit ng tinidor upang ihalo hanggang sa magkaroon ka ng magaspang na masa. Ilipat ang kuwarta sa isang board at masahin ito ng 10-15 minuto hanggang sa maging makinis at malasutla.

f) Ilagay ang kuwarta sa isang malaking mangkok at takpan ito ng cling film . Hayaang patunayan ito sa isang mainit na lugar sa loob ng isang oras, o ilagay ito sa refrigerator upang patunayan nang dahan-dahan sa magdamag.

g) Painitin muna ang oven sa 220ºC/200ºC fan-forced/Gas mark 7.

h) Push ang hangin mula sa iyong kuwarta at bigyan ito ng mabilis na masahin.

i) Hilahin ang isang maliit na bola ng kuwarta, na halos kasing laki ng walnut, at hilahin ito sa iyong daliri upang lumikha ng makinis na tuktok. Kurutin ang ilalim upang bumuo ng hugis ng bola.

j) Ilagay ang dough ball sa isang baking sheet na nilagyan ng parchment paper. Ulitin ang prosesong ito; karaniwan kang makakagawa ng 36 na mini roll mula sa halo na ito.

k) Upang lumikha ng mga pull-apart roll, ilagay ang mga ito na halos magkadikit sa isa't isa. Bilang kahalili, kung mas gusto mo ang mga indibidwal na rolyo, tiyaking mayroong hindi bababa sa 2 sentimetro na agwat sa pagitan ng mga ito.

l) Ihurno ang mga rolyo sa loob ng 12-15 minuto hanggang sa maging ginintuang kayumanggi ang mga ito at maging hungkag sa ilalim kapag tinapik.

m) Alisin ang mga rolyo at hayaang lumamig ng 5 minuto bago ihain. Enjoy!

76.Focaccia-vegetarian

MGA INGREDIENTS:
- Focaccia Dough
- ½ libra Spinach, niluto, pinatuyo
- ½ libra Mushroom, hiniwa
- 2 tasang Low-fat ricotta cheese,
- 4 ounces Low-fat mozzarella cheese
- ¼ tasa ng perehil, sariwa, tinadtad
- 1 bawat Puti ng itlog o kapalit ng itlog

MGA TAGUBILIN

a) Alisan ng tubig ang ricotta cheese. Pagulungin ang kuwarta sa 12x9 na parihaba. Ikalat ang spinach, pagkatapos ay ricotta, pagkatapos ay mushroom, pagkatapos mozzarella cheese. I-rolyo.

b) Takpan ang mga gilid ng puti ng itlog o kapalit ng itlog. Bumuo sa bilog at tatakan ang bilog na nagtatapos sa puti ng itlog o kapalit ng itlog. I-brush ang tuktok na may itlog. Maghurno sa 350 degrees para sa mga 40 minuto.

77. Focaccia al formaggio

MGA INGREDIENTS:
- 1 pound Loaf ng frozen bread dough; lasaw
- 1 Itlog
- 1 tasa ng cottage cheese
- 2 kutsarang Parmesan
- ½ kutsarita ng pinatuyong basil
- ½ kutsarita ng pinatuyong dahon ng oregano
- ¼ kutsarita ng bawang asin
- ¼ kutsarita ng Paminta
- ¾ tasa Inihandang sarsa ng pizza
- 3 ounces Mozzarella

MGA TAGUBILIN:

a) Hatiin ang masa ng tinapay sa kalahati. Pindutin at iunat ang kalahati sa isang greased 13x9" baking pan, itulak ang kuwarta sa mga gilid upang bumuo ng isang mababaw na gilid. Sa mangkok ay talunin ang itlog, at ihalo ang mga natitirang sangkap maliban sa pizza sauce at mozzarella.

b) Ikalat nang pantay-pantay sa kuwarta. Iunat ang natitirang kalahati ng kuwarta upang magkasya sa kawali, ilagay sa ibabaw ng pagpuno, at pindutin ang mga gilid ng kuwarta upang ganap na maselyo. Hayaang tumaas sa isang mainit na lugar hanggang dumoble ang mga 1 oras.

c) Ikalat ang pizza sauce nang pantay-pantay sa ibabaw ng bread dough, at budburan ng mozzarella.

d) Maghurno ng 375, 30 minuto hanggang sa magaspang ang mga gilid at matunaw ang keso.

e) Palamig ng 5 minuto. Gupitin sa mga parisukat.

78. Focaccia

MGA INGREDIENTS:
- 2¼ kutsarita Aktibong dry yeast
- 3 tasang Tinapay na harina
- ½ kutsarita ng Asin
- ½ kutsarita ng Asukal
- 1 tasa ng Tubig; plus
- 2 kutsarang Tubig
- 1 kutsarang Olive oil
- 2 kutsara Extra virgin olive oil
- 2 kutsarita Coarse salt
- Bagong giniling na itim na paminta

MGA TAGUBILIN:
PAMAMARAAN NG MACHINE

a) Magdagdag ng mga sangkap, maliban sa mga toppings, sa pagkakasunud-sunod na tinukoy sa manwal ng may-ari ng iyong bread machine. Itakda ang bread machine sa dough/manual setting. Sa pagtatapos ng programa, pindutin ang clear/stop. Upang masuntok ang kuwarta, pindutin ang simula at hayaang masahin ng 60 segundo. Pindutin muli ang clear/stop. Alisin ang kuwarta at hayaang magpahinga ng 5 minuto bago hubugin ng kamay.

b) Kung ang iyong makina ng tinapay ay walang dough/manual setting, sundin ang normal na pamamaraan ng paggawa ng tinapay, ngunit hayaang masahin ang kuwarta nang isang beses lamang. Sa pagtatapos ng ikot ng pagmamasa, pindutin ang clear/stop. Hayaang tumaas ang kuwarta sa loob ng 60 minuto, suriin pagkatapos ng unang 30 minuto upang matiyak na ang kuwarta ay hindi tumaas nang sobra at dumampi sa takip. Pindutin ang start at hayaang tumakbo ang makina sa loob ng 60 segundo upang mabutas ang kuwarta.

c) Pindutin muli ang clear/stop. Alisin ang kuwarta at hayaang magpahinga ng 5 minuto bago hubugin ng kamay.

TECHNIQUE SA PAGHUBOG NG KAMAY:

d) Budburan ng harina ang mga kamay. Gamit ang mga daliri, ipakalat ang kuwarta nang pantay-pantay sa isang 13- X 9- X 1-pulgada na bahagyang nilalangang baking pan. Takpan ng malinis na tela sa kusina.

e) Hayaang tumaas hanggang dumoble ang taas, mga 30 hanggang 60 minuto.

f) Painitin ang hurno sa 400F.

g) Gumawa ng mga light indentation gamit ang iyong mga daliri sa ibabaw ng tumaas na kuwarta. Brush na may extra-virgin olive oil at budburan ng magaspang na asin at itim na paminta.

h) Maghurno sa ilalim na rack ng oven para sa humigit-kumulang 30 hanggang 35 minuto, o hanggang sa ginintuang kayumanggi. Hayaang lumamig sa kawali.

i) Gupitin sa labindalawang pantay na piraso at ihain sa temperatura ng kuwarto.

Focaccia di mele

MGA INGREDIENTS:
DOUGH:
- 1 maliit na Apple, may ubod at quartered
- 2 tasang puting harina na hindi pinaputi
- ¼ kutsarita ng kanela
- 1 kutsarang Asukal o 2 t pulot
- 1 Kaunti t mabilis na pagtaas ng lebadura
- ¼ kutsarita ng asin
- ⅓ hanggang ½ tasa ng mainit na tubig sa gripo
- ⅓ tasa ng mga pasas

PAGPUPUNO:
- 4 katamtamang mansanas
- Juice ng ½ lemon
- Kurutin ang puting paminta
- Kurutin ang mga clove
- Kurutin ang cardamom
- Kurutin ang nutmeg
- Kurutin ang giniling na luya
- 1 kutsarita vanilla extract
- ⅓ Tasa ng asukal o pulot
- ½ tasang brown sugar o
- 2 kutsarang pulot
- 1 kutsarita ng gawgaw

GLAZE:
- 2 kutsarang apricot jam o pinapanatili
- 1 kutsarita ng tubig

MGA TAGUBILIN:
DOUGH:
a) Iproseso ang quartered na mansanas sa food processor nang mga 20 segundo; ilipat sa isang hiwalay na mangkok.

b) Magdagdag ng 2 tasang harina, kanela, asukal o pulot, lebadura at asin kung gusto sa food processor; proseso ng 5 segundo. Magdagdag ng naprosesong mansanas; proseso para sa karagdagang 5 segundo.

c) Habang tumatakbo ang processor, unti-unting magdagdag ng ⅓ Tasa ng mainit na tubig sa pamamagitan ng feeder tube. Itigil ang makina at hayaang magpahinga ang kuwarta nang mga 20 segundo. Ipagpatuloy ang pagpoproseso at pagdaragdag ng tubig nang paunti-unti sa pamamagitan ng feeder tube hanggang sa maging malambot na bola ang masa at malinis ang mga gilid ng mangkok. Pulse ng 2 o 3 ulit.

d) Budburan ang mga pasas at 1 Kutsarang harina sa malinis na ibabaw. Ilagay ang kuwarta sa ibabaw at masahin ng humigit-kumulang 1 minuto upang maisama ang mga pasas. Magdagdag ng harina kung ang masa ay masyadong malagkit.

e) Banayad na harina sa loob ng plastic bag. Ilagay ang kuwarta sa bag, isara at hayaang magpahinga ng 15 hanggang 20 minuto sa isang mainit at madilim na lugar.

f) Pagulungin ang kuwarta sa isang bilog na 12 hanggang 14 pulgada ang lapad. Ilagay sa may langis na kawali o isang baking dish.

g) Takpan ng tuwalya sa kusina at itabi sa isang mainit na lugar habang naghahanda ka ng pagpuno.

h) Painitin ang oven sa 400 degrees.

PAGPUPUNO:

i) I-core at hiwain ang papel ng mansanas na manipis. Budburan ang lemon juice sa mga hiwa ng mansanas. Magdagdag ng natitirang mga sangkap ng pagpuno at ihalo nang mabuti.

j) Pagpuno ng kutsara sa kuwarta. Maghurno ng 20 minuto, pagkatapos ay paikutin ang kawali sa 180 degrees. Bawasan ang temperatura ng oven sa 375 degrees, at maghurno para sa karagdagang 20 minuto, o hanggang ang mansanas ay browned. Palamigin sa kawali sa loob ng 5 minuto. Alisin sa kawali at palamig nang maigi sa wire rack.

GLAZE:

k) Sa isang maliit na kasirola, tunawin ang jam o pinapanatili. Magdagdag ng tubig, at dalhin sa isang pigsa, pagpapakilos nang masigla. I-brush ang glaze sa mga mansanas at ihain.

79.Focaccia al formaggio

MGA INGREDIENTS:
- 1 pounds Loaf frozen bread dough; lasaw
- 1 Itlog
- 1 tasa ng cottage cheese
- 2 kutsarang Parmesan
- ½ kutsarita ng pinatuyong basil
- ½ kutsarita ng pinatuyong dahon ng oregano
- ¼ kutsarita ng bawang asin
- ¼ kutsarita ng Paminta
- ¾ tasa Inihandang sarsa ng pizza
- 3 ounces Mozzarella

MGA TAGUBILIN:

f) Hatiin ang masa ng tinapay sa kalahati. Pindutin at iunat ang kalahati sa greased 13x9" baking pan, itulak ang kuwarta sa mga gilid upang bumuo ng mababaw na gilid. Sa mangkok, talunin ang itlog, ihalo ang natitirang mga sangkap maliban sa pizza sauce at mozzarella.

g) Ikalat nang pantay-pantay sa masa. Iunat ang natitirang kalahati ng kuwarta upang magkasya ang kawali, ilagay sa ibabaw ng pagpuno at pindutin ang mga gilid ng kuwarta upang ganap na maselyo. Hayaang tumaas sa mainit na lugar hanggang sa dumoble mga 1 oras.

h) Ikalat ang pizza sauce nang pantay-pantay sa ibabaw ng bread dough, budburan ng mozzarella.

i) Maghurno ng 375, 30 minuto hanggang sa magaspang ang mga gilid at matunaw ang keso.

j) Palamig ng 5 minuto. Gupitin sa mga parisukat.

80. Focaccia al Rosmarino

MGA INGREDIENTS:
- 4 na tasang all-purpose na harina
- 2 kutsarita ng instant yeast
- 1 kutsarita ng asin
- 1 kutsarita ng asukal
- 1 ⅔ tasa ng maligamgam na tubig
- ¼ tasa ng extra-virgin olive oil
- Mga sariwang dahon ng rosemary
- Magaspang na asin sa dagat

MGA TAGUBILIN:

a) Sa isang malaking mangkok ng paghahalo, pagsamahin ang harina, instant yeast, asin, at asukal.

b) Dahan-dahang magdagdag ng maligamgam na tubig at langis ng oliba sa mga tuyong sangkap, paghahalo hanggang sa magsimulang magsama ang kuwarta.

c) Ilipat ang kuwarta sa isang bahagyang tinadtad na ibabaw at masahin ng mga 10 minuto hanggang sa maging makinis at nababanat.

d) Ilagay ang kuwarta sa isang mangkok na may mantika, takpan ng malinis na tuwalya sa kusina, at hayaang tumaas ito sa isang mainit na lugar nang humigit-kumulang 1 oras o hanggang dumoble ito sa laki.

e) Painitin muna ang oven sa 220°C (425°F).

f) Kapag ang kuwarta ay tumaas, ilipat ito sa isang baking sheet na nilagyan ng parchment paper at dahan-dahang iunat at pindutin ito sa isang hugis-parihaba na hugis.

g) Gamit ang iyong mga daliri, lumikha ng mga dimple sa buong ibabaw ng kuwarta.

h) Ibuhos ang langis ng oliba nang sagana sa masa, siguraduhing mapuno ang mga dimples.

i) Budburan ang ibabaw na may mga sariwang dahon ng rosemary at magaspang na asin sa dagat, bahagyang pinindot ang mga ito sa kuwarta.

j) Hayaang magpahinga ang kuwarta para sa karagdagang 15 minuto.

k) Ilagay ang baking sheet sa preheated oven at maghurno ng humigit-kumulang 20-25 minuto o hanggang sa maging golden brown ang focaccia.

l) Alisin ang focaccia mula sa oven at hayaan itong lumamig nang bahagya bago hiwain at ihain.

81. Homemade Oyster Crackers

MGA INGREDIENTS:
- 5 onsa (1 tasa) na all-purpose na harina, at higit pa para sa rolling
- 1 kutsarita kosher salt
- 1 kutsarita ng asukal
- 1 kutsarita ng baking powder
- 2 kutsarang malamig na unsalted butter, gupitin sa ¼-inch cube
- ⅓ tasa ng malamig na tubig, dagdag pa kung kinakailangan

MGA TAGUBILIN:

a) I-adjust ang oven rack sa gitnang posisyon at painitin muna ang oven sa 375°F (190°C).

b) Sa isang medium na mangkok, pagsamahin ang 5 onsa (1 tasa) ng all-purpose na harina, 1 kutsarita ng kosher salt, 1 kutsarita ng asukal, at 1 kutsarita ng baking powder. Pagsamahin ang mga tuyong sangkap na ito hanggang sa maayos na pagsamahin.

c) Idagdag ang 2 kutsara ng malamig na unsalted butter sa tuyong timpla. Gumamit ng pastry cutter o ang iyong mga daliri upang ilagay ang mantikilya sa harina hanggang sa ito ay maging katulad ng isang magaspang na pagkain.

d) Ibuhos ang ⅓ tasa ng malamig na tubig at masahin nang bahagya ang pinaghalong hanggang sa mabuo ito sa isang bola ng kuwarta.

e) Ilagay ang kuwarta sa isang bahagyang natabunan ng harina at takpan ito ng isang nakabaligtad na mangkok ng paghahalo. Hayaang magpahinga ng 15 minuto.

f) Igulong ang pinagpahingang kuwarta sa isang well-floured na ibabaw sa kapal na ⅛ pulgada.

g) Gumamit ng kutsilyo o pamutol upang gupitin ang kuwarta sa ½ pulgadang mga parisukat, parihaba, o diamante. Ilipat ang mga ginupit na hugis na ito sa isang baking sheet na may linyang parchment, na i-spacing ang mga ito hangga't maaari.

h) Ihurno ang mga crackers sa preheated oven hanggang sa makita ang kulay sa paligid ng ilalim na mga gilid, na tumatagal ng mga 15 minuto.

i) I-off ang oven at i-crack ang pinto na buksan ang mga 8 pulgada. Iwanan ang mga crackers sa loob upang lumamig at patuloy na malutong, na karaniwang tumatagal ng mga 30 minuto.

j) Alisin ang mga crackers mula sa oven, timplahan ng asin ayon sa panlasa, at hayaang lumamig nang buo. Maaari mong iimbak ang mga homemade oyster crackers na ito sa isang selyadong lalagyan nang hanggang isang linggo.

k) I-enjoy ang iyong homemade oyster crackers bilang meryenda o bilang isang kasiya-siyang karagdagan sa mga sopas at chowder. Ang kanilang mayaman at buttery na lasa ay magpapalaki sa iyong mga culinary creations.

82.Pangunahing Baguette

MGA INGREDIENTS:
- 1¾ tasa ng tubig, sa temperatura ng kuwarto, hinati
- 2 kutsarita ng instant yeast, hinati
- 5 tasa na binawasan ng 1½ kutsarang harina ng tinapay (o T55 na harina), hinati
- 1 kutsarang kosher salt

MGA TAGUBILIN:
GUMAWA NG PÂTE FERMENTÉE:
a) Sa isang katamtamang mangkok, haluin ang ½ tasa ng tubig na may isang kurot ng lebadura. Magdagdag ng 1¼ tasa ng harina at 1 kutsarita ng asin. Haluin hanggang sa mabuo ang masa. Ilagay ang kuwarta sa iyong bangko at masahin hanggang sa maayos na pinagsama, 1 hanggang 2 minuto.
b) Ibalik ang kuwarta sa mangkok, takpan ng tuwalya, at itabi sa loob ng 2 hanggang 4 na oras sa temperatura ng silid o palamigin nang magdamag. Dapat itong doble sa laki.
GAWIN ANG DOUGH:
c) Idagdag ang natitirang 1¼ tasa ng tubig at natitirang lebadura sa pâte fermentée, gamit ang iyong mga daliri upang hatiin ang kuwarta sa likido. Idagdag ang natitirang 3⅔ tasa ng harina at ang natitirang 2 kutsarita ng asin. Paghaluin hanggang sa mabuo ang isang malabo na masa, mga 1 minuto.
d) Ilabas ang kuwarta sa isang malinis na bangko at masahin ng 8 hanggang 10 minuto hanggang sa ito ay makinis, nababanat, at malambot. Kung ikaw ay nagmamasa sa pamamagitan ng kamay, pigilan ang pagnanais na magdagdag ng higit pang harina; ang kuwarta ay natural na magiging hindi gaanong malagkit habang ginagawa mo ito.
e) Iunat ang kuwarta upang suriin ang tamang pag-unlad ng gluten. Kung masyadong mabilis itong mapunit at magaspang ang pakiramdam, ipagpatuloy ang pagmamasa hanggang makinis at malambot.
f) Kung nagmamasa sa pamamagitan ng kamay, ibalik ang kuwarta sa mangkok. Takpan ng tuwalya at itabi ng 1 oras o hanggang dumoble ang laki.
g) Hugis at maghurno: Bahagyang harina ang iyong bangko at gumamit ng plastic bench scraper upang palabasin ang kuwarta mula sa mangkok. Gumamit ng metal bench scraper upang hatiin ang kuwarta sa 4 na pantay

na seksyon (mga 250 gramo bawat isa). Takpan ng tuwalya at magpahinga ng 5 hanggang 10 minuto.

h) Paggawa gamit ang isang seksyon sa isang pagkakataon, gamitin ang iyong mga daliri upang dahan-dahang pindutin ang kuwarta sa isang magaspang na parihaba. Tiklupin ang itaas na quarter pababa sa gitna, pagkatapos ay tiklupin ang ilalim na quarter pataas sa gitna, para magtagpo ang mga ito. Pindutin nang bahagya ang tahi upang madikit.

i) Tiklupin ang itaas na kalahati ng kuwarta sa ibabang kalahati upang lumikha ng isang log. Gamitin ang takong ng iyong kamay o ang iyong mga daliri upang i-seal ang tahi. Siguraduhin na ang iyong bangko ay bahagyang harina. Hindi mo nais ang labis na presyon sa kuwarta, ngunit hindi mo rin nais na dumulas ito sa halip na gumulong. Kung dumulas ang kuwarta, alisin ang labis na harina at basain nang bahagya ang iyong mga kamay.

j) Dahan-dahang i-flip ang kuwarta upang ang tahi ay nasa ilalim, at gamitin ang iyong mga kamay upang ibato ang mga dulo ng tinapay pabalik-balik upang lumikha ng hugis ng football. Pagkatapos ay gawin ang iyong mga kamay mula sa gitna ng tinapay patungo sa mga gilid upang pahabain ito sa 12 hanggang 14 na pulgada. Ulitin sa natitirang mga seksyon.

k) Maglagay ng linen na tuwalya sa isang baking sheet. Alikabok ito ng harina, at tiklupin ang isang dulo upang lumikha ng hangganan. Maglagay ng isang baguette sa tabi ng fold na ito. Tiklupin ang tuwalya sa kabilang panig upang lumikha ng nakalaang puwang para tumaas ang baguette. Maglagay ng isa pang baguette sa tabi at lumikha ng isa pang fold. Ulitin sa natitirang mga baguette.

l) Takpan ng tuwalya at itabi sa proof sa loob ng 1 oras.

m) Pagkatapos ng 30 minutong pag-proofing, painitin muna ang oven sa 475°F. Maglagay ng baking stone sa center rack. Lagyan ng parchment paper ang flat baking sheet (i-flip ang baking sheet at gawin sa likod kung gagamit ng baking stone).

n) Suriin ang mga baguette sa pamamagitan ng pagsundot ng kuwarta. Dapat itong bumulong nang bahagya, nag-iiwan ng indent, at parang marshmallow.

o) Kapag ang mga baguette ay handa nang maghurno, dahan-dahang iangat at ilipat ang mga ito sa inihandang baking sheet, ilagay ang mga ito sa pagitan ng 2 pulgada. Mag-ingat na huwag i-deflate ang mga baguette habang inililipat ang mga ito.

p) Ang paghawak ng pilay o razor blade sa 30-degree na anggulo, mabilis ngunit mahinang mag-iskor ng limang linya nang pahilis sa tuktok ng mga baguette, mga ¼ pulgada ang lalim at 2 pulgada ang layo. Sa pagitan ng mga tinapay, isawsaw ang talim sa tubig upang palabasin ang anumang malagkit na masa.

q) Ilagay ang baking sheet sa oven, o, kung gumagamit ng baking stone, i-slide ang parchment paper mula sa sheet papunta sa baking stone.

r) Budburan ng tubig ang mga tinapay ng 4 o 5 beses sa kabuuan at isara ang pinto ng oven. Mag-spray muli pagkatapos ng 3 minuto ng pagluluto, at muli pagkatapos ng isa pang 3 minuto, gumana nang mabilis sa bawat oras upang hindi mawala ang init ng oven.

s) Maghurno ng 24 hanggang 28 minuto sa kabuuan, hanggang sa ang mga tinapay ay maging malalim na ginintuang kayumanggi.

t) Ilipat ang mga tinapay sa isang cooling rack sa loob ng 15 hanggang 20 minuto bago hiwain.

83. Mga baguette ng sourdough

MGA INGREDIENTS:
- 1¼ cup Starter, sa room temp.
- ¼ tasa ng Tubig
- 2 kutsarita ng langis ng oliba
- 2½ tasa ng harina ng tinapay
- ¾ kutsarita ng Asin
- 1½ kutsarang Asukal
- 2 kutsarita ng lebadura

MGA TAGUBILIN:
a) Ilabas ang starter sa refrigerator sa gabi bago simulan ang tinapay. Feed starter at hayaan itong dumating sa room temp habang tinutunaw nito ang pagpapakain. Ilagay ang mga sangkap sa kawali sa pagkakasunud-sunod na nakalista. Itakda para sa kuwarta, pindutin ang simula.

b) Kapag nakumpleto na ang cycle, alisin ang kuwarta, pisilin ang mga gas, ilagay sa isang mangkok, takpan ng isang basang tuwalya ng tsaa at hayaang magpahinga ng 30 minuto.

c) Pagwiwisik ng corn meal sa counter, hubugin ang kuwarta sa 2 manipis na silindro, ilagay ang mga tinapay sa baguette pan, takpan ng tea towel at hayaang tumaas sa ref ng 12 hanggang 24 na oras.

d) Alisin mula sa refrigerator, budburan ng tubig, at hayaang umupo hanggang sa ganap na tumaas. Budburan muli ng tubig at maghurno sa conventional oven sa 375 F sa loob ng 30 minuto o hanggang kayumanggi at malutong. Para sa talagang crusty na tinapay, spray ng tubig tuwing 5 minuto habang nagluluto!

84. Parisian Baguette

MGA INGREDIENTS:
- 500 g ng harina ng tinapay
- 10 g asin
- 7g aktibong tuyong lebadura
- 350ml mainit na tubig

MGA TAGUBILIN:
a) Sa isang malaking mangkok ng paghahalo, pagsamahin ang harina ng tinapay at asin.
b) Sa isang hiwalay na maliit na mangkok, i-dissolve ang lebadura sa maligamgam na tubig at hayaan itong umupo ng 5-10 minuto hanggang sa maging mabula.
c) Ibuhos ang lebadura sa pinaghalong harina at pukawin hanggang sa mabuo ang masa.
d) Masahin ang kuwarta sa ibabaw na may harina nang mga 10 minuto hanggang sa maging makinis at nababanat.
e) Ilagay ang kuwarta sa isang mangkok na may kaunting mantika, takpan ito ng isang basang tela, at hayaang tumaas ito sa isang mainit na lugar nang mga 1 oras o hanggang sa dumoble ang laki.
f) Painitin muna ang iyong oven sa 450°F (230°C).
g) Punch down ang kuwarta at hugis ito sa isang baguette sa pamamagitan ng rolling ito sa isang mahaba, manipis na tinapay.
h) Ilagay ang baguette sa isang baking sheet at hayaan itong tumaas para sa isa pang 20-30 minuto.
i) Bago mag-bake, gumawa ng 3-4 diagonal slash sa tuktok ng baguette.
j) Maghurno sa preheated oven para sa mga 25-30 minuto, o hanggang sa ang baguette ay ginintuang kayumanggi at tunog guwang kapag tinapik sa ibaba.
k) Hayaang lumamig sa wire rack bago ihain.

85. Cuban Medianoche Bread

MGA INGREDIENTS:
- 3 1/2 tasa ng harina ng tinapay
- 1 1/2 kutsarita ng asin
- 2 kutsarang asukal
- 2 1/4 kutsarita ng aktibong dry yeast
- 1/4 tasa ng maligamgam na tubig (110°F o 43°C)
- 1/4 tasa unsalted butter, pinalambot
- 1/2 tasa ng mainit na gatas (110°F o 43°C)
- 1 itlog
- 1 kutsarang dilaw na mustasa (opsyonal, para sa lasa)

MGA TAGUBILIN:

a) Sa isang maliit na mangkok, pagsamahin ang maligamgam na tubig, asukal, at lebadura. Hayaang umupo ito ng mga 5-10 minuto, o hanggang sa maging mabula, na nagpapahiwatig na ang lebadura ay aktibo.

b) Sa isang malaking mangkok ng paghahalo, pagsamahin ang harina ng tinapay at asin.

c) Idagdag ang activated yeast mixture, softened butter, warm milk, egg, at mustard (kung ginagamit).

d) Haluin hanggang sa magsama-sama ang masa.

e) Ilabas ang kuwarta sa isang bahagyang nilagyan ng harina.

f) Masahin ang kuwarta ng mga 10-15 minuto hanggang sa maging makinis at elastic. Maaaring kailanganin mong magdagdag ng kaunti pang harina kung ang masa ay masyadong malagkit.

g) Ilagay ang kuwarta sa isang mangkok na bahagyang may mantika, takpan ito ng basang tela, at hayaang tumaas ito sa isang mainit at walang draft na lugar sa loob ng mga 1-2 oras, o hanggang sa dumoble ang laki nito.

h) Pagkatapos ng unang pagtaas, suntukin ang kuwarta at hatiin ito sa 6-8 pantay na bahagi, depende sa laki ng mga tinapay na gusto mo.

i) Hugis ang bawat bahagi sa isang bilog o hugis-itlog na tinapay at ilagay ang mga ito sa isang baking sheet na may bahagyang floured o parchment-lined.

j) Takpan ang mga hugis na tinapay na may basang tela at hayaang tumaas ang mga ito ng karagdagang 30-45 minuto.

k) Painitin muna ang iyong oven sa 350°F (175°C).

l) Ihurno ang mga tinapay sa preheated oven sa loob ng mga 15-20 minuto, o hanggang sa maging golden brown ang mga ito at parang guwang kapag tinapik sa ilalim.

m) Hayaang lumamig ang Cuban Medianoche na tinapay sa wire rack. Kapag lumamig na ang mga ito, maaari mong gamitin ang mga ito para gumawa ng mga tradisyonal na Cuban Medianoche na sandwich na may inihaw na baboy, ham, Swiss cheese, atsara, at mustasa.

86. Focaccia al basilico

MGA INGREDIENTS:
- 2½ kutsarita Active dry yeast
- ½ tasa ng maligamgam na tubig
- ½ tasa Plus
- 2 kutsarang Tubig; temperatura ng silid
- ½ tasa ng banayad na lasa ng extra virgin olive oil
- 4 na tasang hindi pinaputi na plain flour
- 1½ kutsarita Sea salt (hanggang sa)
- 3 kutsarang Banayad na extra virgin olive oil
- 1 malaking bungkos na sariwang basil
- 1 kutsara Extra-virgin olive oil

MGA TAGUBILIN:

a) Ihalo ang lebadura sa maligamgam na tubig sa isang malaking mangkok; hayaang tumayo hanggang mag-atas, mga 10 minuto. Paghaluin ang tubig na temperatura ng silid at ang langis.

b) Kung ikaw ay gumagawa ng masa sa pamamagitan ng kamay, pagsamahin ang harina at ang asin, idagdag ang mga ito sa 2 karagdagan, at haluin hanggang ang masa ay magsama-sama. Knead sa isang bahagyang floured surface sa loob ng 4 hanggang 5 minuto, hayaang magpahinga sandali ang kuwarta, at tapusin ang pagmamasa para sa isa o dalawa pang minuto. Ang kuwarta ay magiging malambot at kasing pinong bilang isang umbok ng tainga.

c) Kung gumagamit ka ng heavy-duty electric mixer, gamitin ang paddle attachment para paghaluin ang harina at asin sa yeast mixture hanggang sa maging masa. Baguhin sa dough hook at masahin ng 2 hanggang 3 minuto, o hanggang ang kuwarta ay kasing lambot ng tainga.

d) FIRST RISE: Ilagay ang kuwarta sa isang lalagyan na medyo nalagyan ng langis, takpan ito ng mahigpit ng plastic wrap, at hayaang tumaas hanggang dumoble, mga 1 oras hanggang 1 oras at 15 minuto.

e) PAGHAHAGI AT IKALAWANG PAGTAAS: Ilabas ang kuwarta sa isang bahagyang pinagawaan ng harina na ibabaw ng trabaho at igulong ito gamit ang isang maliit na harina na rolling pin sa isang 12 x 18-pulgadang parihaba na humigit-kumulang ¼ pulgada ang kapal. Ang kuwarta ay madaling lalabas at madaling ayusin, kung ito ay mapunit. Upang punan, pintura ang 2 hanggang 3 kutsara ng langis ng oliba sa ibabaw ng kuwarta - siguraduhing i-brush ito ng maigi, kahit na sagana - at pagkatapos ay takpan ang ibabaw ng isang makapal na karpet ng mga dahon ng basil.

f) I-roll up ang kuwarta mula sa mahabang dulo, tulad ng isang jelly roll. Langis ang isang 10 x 4-pulgadang angel-food tube pan nang napakahusay at ipasok ang kuwarta sa loob nito, tahiin ang gilid pababa.

g) Pagluluto: Hindi bababa sa 30 minuto bago mo planong maghurno, painitin muna ang oven sa 200C/400F na may baking stone sa loob, kung mayroon ka.

h) I-brush ang tuktok ng " sfoglierata " na may 1 kutsarang langis ng oliba. Ilagay ang kawali nang direkta sa bato at maghurno hanggang sa ginintuang, mga 40 minuto. Hayaang lumamig sa loob ng 15 o 20 minuto, pagkatapos ay i-slide ang talim ng isang mahabang manipis na kutsilyo o spatula sa pagitan ng " sfoglierata " at ang mga gilid ng kawali at ang gitnang tubo upang lumuwag ito. Ilagay sa isang rack. Ihain nang mainit.

Turkish Kandil Simidi

MGA INGREDIENTS:
PARA SA DOUGH:
- 500g (mga 4 na tasa) all-purpose na harina
- 10g (2 kutsarita) asin
- 1 pakete (7g) aktibong dry yeast
- 1 kutsarang asukal
- 300ml (mga 1 1/4 tasa) mainit na gatas
- 3 kutsarang langis ng gulay

PARA SA TOPPING:
- 1 pula ng itlog
- 2 kutsarang gatas
- linga

MGA TAGUBILIN:

a) Sa isang maliit na mangkok, pagsamahin ang mainit na gatas, asukal, at aktibong dry yeast. Hayaang umupo ito ng mga 5-10 minuto, o hanggang sa maging mabula, na nagpapahiwatig na ang lebadura ay aktibo.

b) Sa isang malaking mangkok ng paghahalo, pagsamahin ang harina at asin.

c) Idagdag ang yeast mixture at vegetable oil sa harina. Haluin hanggang sa magsama-sama ang masa.

d) Ilabas ang kuwarta sa isang bahagyang nilagyan ng harina.

e) Masahin ang kuwarta ng mga 10-15 minuto hanggang sa maging makinis at elastic. Maaaring kailanganin mong magdagdag ng kaunti pang harina kung ang masa ay masyadong malagkit.

f) Ilagay ang kuwarta sa isang mangkok na bahagyang may mantika, takpan ito ng basang tela, at hayaang tumaas ito sa isang mainit at walang draft na lugar sa loob ng mga 1-2 oras, o hanggang sa dumoble ang laki nito.

g) Pagkatapos ng unang pagtaas, suntukin ang kuwarta at hatiin ito sa 6-8 pantay na bahagi, depende sa laki ng Kandil Simidi gusto mo.

h) Hugis ang bawat bahagi sa isang mahaba, parang baguette na hugis.

i) Ilagay ang hugis Kandil Simidi sa isang baking sheet na nilagyan ng parchment paper.

j) Sa isang maliit na mangkok, haluin ang pula ng itlog at gatas para makagawa ng egg wash.

k) Brush ang Kandil Simidi gamit ang egg wash at budburan ng sesame seeds sa ibabaw.

l) Takpan ang Kandil Simidi gamit ang isang basang tela at hayaang tumaas ang mga ito para sa karagdagang 30-45 minuto.

m) Painitin muna ang iyong oven sa 180°C (350°F).

n) Maghurno ng Kandil Simidi sa preheated oven para sa mga 20-25 minuto, o hanggang sila ay ginintuang kayumanggi at tunog guwang kapag tinapik sa ilalim.

o) Payagan ang Kandil Simidi upang palamig sa isang wire rack. Sa sandaling lumamig na ang mga ito, maaari mong tangkilikin ang mga ito bilang meryenda o side with tea, o gamitin ang mga ito upang gumawa ng mga sandwich gamit ang iyong mga paboritong palaman.

87.Honey spice kamut bread

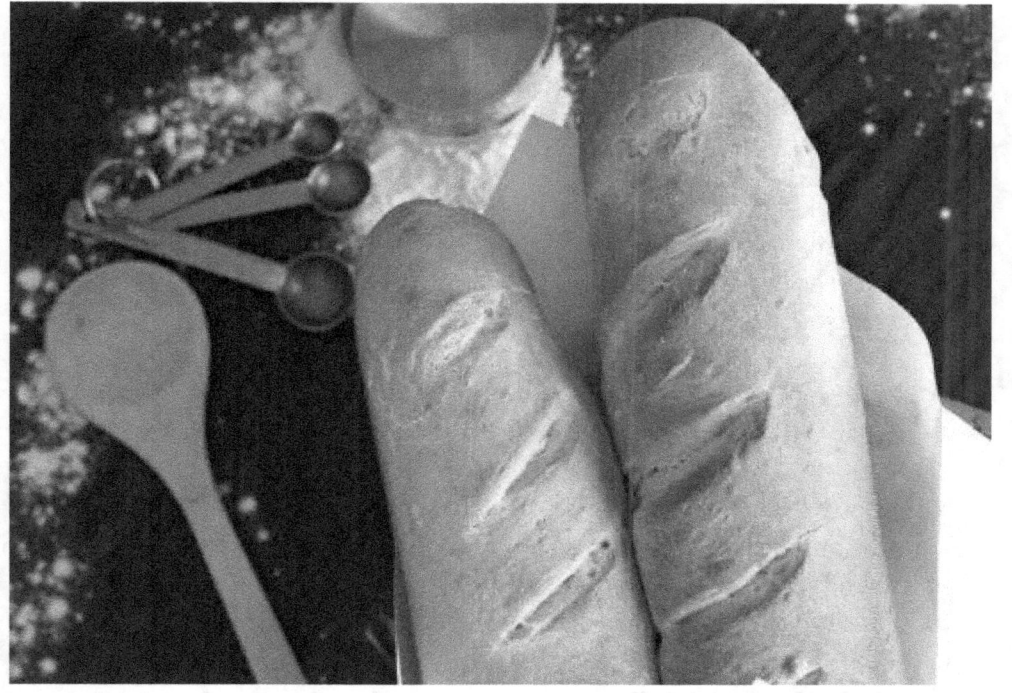

MGA INGREDIENTS:
- ½ tasa ng maligamgam na tubig
- 2 pack Dry active yeast
- 1½ tasa ng mainit na soy milk
- 2 kutsarang langis ng Canola
- ½ tasang Honey
- 1 malaking Egg o katumbas na vegan egg substitute
- 3 tasang Kamut na harina
- 1 kutsarita ng kanela
- 1 kutsarita ng Nutmeg
- ½ kutsarita ng Asin
- 3 tasang nabaybay na harina
- Spray o mantika sa pagluluto

MGA TAGUBILIN:
a) Sa isang maliit na mangkok, paghaluin ang tubig at lebadura. Takpan at itabi ng 7 hanggang 10 minuto.
b) Sa isang medium mixing bowl, paghaluin ang soy milk, oil, honey, at egg. Itabi.
c) Sa isang malaking mangkok ng paghahalo, paghaluin ang harina ng kamur, kanela, nutmeg, at asin. Pagsamahin ang pinaghalong gatas at lebadura, at ihalo nang maigi. Dahan-dahang ihalo ang spelling na harina.
d) Ilagay ang kuwarta sa isang bahagyang natabunan ng harina, at masahin ng 4 hanggang 5 minuto, o hanggang ang kuwarta ay bahagyang nababanat.
e) Takpan ang kuwarta gamit ang isang tuwalya, at hayaang tumaas ng 1 hanggang 2 oras, o hanggang dumoble ang laki.
f) Banayad na mag-spray o magsipilyo ng malaking baking sheet na may mantika. Punch down na kuwarta at hatiin sa kalahati. Hugis ang bawat kalahati sa isang pahaba na tinapay at ilagay ang mga tinapay sa baking sheet, mga tatlong pulgada ang pagitan. Takpan ng tuwalya at hayaang tumaas ng 1 hanggang 2 oras, o hanggang dumoble ang laki.
g) Painitin ang oven sa 350F. Maghurno ng mga tinapay nang humigit-kumulang 45 minuto, o hanggang sa maging hungkag ang mga ito kapag tinapik. Hayaang lumamig ng 10 minuto, pagkatapos ay ilipat ang mga tinapay sa isang wire rack at palamig nang lubusan bago hiwain.

88. French Mini Bread Rolls

MGA INGREDIENTS:
- 1 2/3 tasa ng maligamgam na tubig (sa pagitan ng 95°F at 110°F)
- 1 pakete (1/4-onsa) ng aktibong dry yeast
- 1/2 kutsarita ng asin
- 4 na tasa ng all-purpose na harina
- 2 kutsarang langis ng oliba
- 2 malalaking puti ng itlog (para sa opsyonal na pagsisipilyo)

MGA TAGUBILIN:

a) Magsimula sa pamamagitan ng pag-assemble ng iyong mga sangkap.

b) Sa isang maluwang na mangkok, pagsamahin ang maligamgam na tubig at lebadura hanggang sa tuluyang matunaw ang lebadura.

c) Idagdag ang asin at unti-unting salain sa 1 tasa ng harina nang paisa-isa, hanggang sa makakuha ka ng malambot at mamasa-masa na kuwarta.

d) Ilipat ang kuwarta sa ibabaw ng bahagyang floured at masahin ito ng humigit-kumulang 8 minuto. Kung ang masa ay nagiging masyadong malagkit, bahagyang dustin ito ng harina at ipagpatuloy ang pagmamasa hanggang sa ito ay maging malambot.

e) Grasa ang isang medium-sized na mangkok na may langis ng oliba. Ilagay ang kuwarta sa mangkok, baligtarin ito upang matiyak na ang tuktok ng kuwarta ay bahagyang greased din. Takpan ang bowl ng malinis na kitchen towel o plastic wrap, at hayaang tumaas ang kuwarta sa isang mainit at walang draft na lokasyon hanggang sa dumoble ito sa laki, na karaniwang tumatagal ng humigit-kumulang 1 oras.

f) Dahan-dahang suntukin ang kuwarta sa loob ng mangkok.

g) Takpan muli ang mangkok at hayaang tumaas ang masa sa loob ng isa pang oras o hanggang sa dumoble muli ang laki nito.

h) Push down ang kuwarta sa pangalawang pagkakataon.

i) Ilabas ang kuwarta sa ibabaw ng harina at masahin ito upang maalis ang anumang mga bula ng hangin, na dapat tumagal nang humigit-kumulang 5 minuto.

j) Hatiin ang kuwarta sa 12 pantay na bahagi at hubugin ang bawat isa sa mga bilog na rolyo. Para sa mas tumpak na resulta, maaari mong timbangin ang paunang kuwarta at hatiin ito sa 12 bahagi ng parehong timbang.

k) Ilagay ang mga rolyo sa mga greased baking sheet at takpan ang mga ito, hayaan silang tumaas sa pangatlong beses sa loob ng halos 1 oras.

l) Alisin ang takip at dahan-dahang i-flat ang bawat roll gamit ang iyong palad sa ibabaw ng bahagyang floured.

m) Igulong ang bawat bilog ng kuwarta sa loob, tiyaking nakaharap ang tahi pababa. Gamit ang iyong mga kamay sa isang 45-degree na anggulo, i-tape ang mga dulo ng bawat roll upang bumuo ng isang matulis na hugis, na kahawig ng isang maliit na baguette.

n) Ibalik ang mga roll sa greased baking sheets, tahiin ang gilid pababa. Takpan ang mga ito muli at hayaan silang matibay (tumaas) sa huling pagkakataon, na dapat tumagal ng humigit-kumulang 45 minuto o hanggang dumoble ang laki.

o) Ihurno ang mga rolyo sa 400°F sa loob ng humigit-kumulang 20 minuto, o hanggang sa maging maganda ang ginintuang kayumanggi. Kung ninanais, maaari mong i-spray ang mga ito ng sinala na tubig nang ilang beses habang nagbe-bake upang magkaroon ng malutong na crust, o maglagay ng 2 puti ng itlog sa mga rolyo bago i-bake para sa makintab na pagtatapos.

p) Kapag lumabas na sa oven, ilipat ang mga roll sa isang cooling rack.

q) Ihain ang napakasarap na mini bread roll na ito sa mainit man o sa room temperature at sarap sa kanilang masarap na lasa.

89. French Bread Rolls

MGA INGREDIENTS:
- 1 ½ tasa ng maligamgam na tubig
- 1 kutsarang instant o aktibong dry yeast
- 2 kutsarang butil na asukal o pulot
- 2 kutsarang langis ng canola
- 1 kutsarita ng asin
- 3 ½ hanggang 4 na tasa (497 hanggang 569 g) all-purpose o bread flour, mas marami o mas kaunti

MGA TAGUBILIN:

a) Sa mangkok ng isang stand mixer na nilagyan ng dough hook o sa isang malaking mangkok gamit ang kamay, pagsamahin ang maligamgam na tubig, instant yeast, asukal, mantika, asin, at 2 tasa ng harina.

b) Simulan ang paghahalo, at ipagpatuloy ang pagdaragdag ng natitirang bahagi ng harina nang paunti-unti hanggang ang masa ay humiwalay sa mga gilid ng mangkok. Masahin ang kuwarta sa loob ng 4-5 minuto sa isang stand mixer (7-9 minuto sa pamamagitan ng kamay).

c) Ang kuwarta ay dapat na malambot at makinis ngunit bahagyang nakadikit sa pagpindot. Pagkatapos ng ilang minutong pagmamasa, itigil ang panghalo at subukan kung ang masa ay nangangailangan ng mas maraming harina. Maaari itong mag-iwan ng kaunting malagkit na nalalabi sa iyong mga daliri, ngunit kung maaari mo itong igulong sa isang maliit na bola nang hindi ito dumidikit sa iyong mga kamay, magandang umalis. Kung hindi, unti-unting magdagdag ng kaunting harina kung kinakailangan.

d) Ilagay ang kuwarta sa isang mangkok na bahagyang greased at takpan. Hayaang tumaas ang kuwarta hanggang sa dumoble, na karaniwang tumatagal ng 1-2 oras.

e) Dahan-dahang suntukin ang kuwarta at i-out ito sa isang bahagyang greased countertop.

f) Hatiin ang kuwarta sa 12 pantay na piraso, humigit-kumulang 2.75 onsa bawat isa, higit pa o mas kaunti, at bumuo ng mga ito sa mga bilog na bola.

g) Ilagay ang mga rolyo sa isang 9x13-pulgadang kawali na bahagyang may mantika o sa isang malaki at may gilid na baking sheet na nilagyan ng parchment o bahagyang pinahiran ng langis. Lagyan ng layo ang mga rolyo nang humigit-kumulang 1/2- hanggang 1 pulgada ang layo.

h) Takpan ang mga rolyo ng bahagyang greased na plastic wrap, ingatan na huwag i-pin ang plastic wrap sa ilalim ng baking sheet, o ang mga rolyo ay mapapatag habang tumataas. Hayaang malumanay na nakabitin ang plastic wrap sa mga gilid ng kawali upang ganap na takpan ang mga rolyo ngunit huwag pindutin ang mga ito.

i) Hayaang tumaas ang mga rolyo hanggang sa sila ay napakalaki at dumoble ang laki, na dapat tumagal ng mga 45 minuto hanggang 1 oras.

j) Painitin ang oven sa 400 degrees. Maghurno para sa 15-17 minuto hanggang sa ang mga roll ay bahagyang browned at maluto.

k) Kaagad na lumabas sa oven, i-brush ang mga roll na may mantikilya.

l) Masiyahan sa iyong lutong bahay na French bread rolls!

90.Gluten-Free Mini Baguette

MGA INGREDIENTS:
GLUTEN-FREE ALL-PURPOSE FLOUR BLEND
- 6 tasang stone-ground white rice flour
- 3 1/4 tasa ng harina ng sorghum
- 1 3/4 tasa ng tapioca flour o starch
- 1 1/4 tasa ng patatas na almirol
- 1/4 tasa ng xanthan gum o psyllium husk powder

MINI BAGUETTES NA WALANG GLUTEN
- 6 1/2 tasa gluten-free all-purpose flour blend
- 1 kutsarang dry active o instant yeast
- 1 1/2 kutsarang kosher salt
- 2 kutsarang asukal
- 3 3/4 tasa ng maligamgam na tubig
- 1 puti ng itlog at 1 kutsarang tubig para sa pagsisipilyo ng baguette
- Parchment paper o cornmeal

MGA TAGUBILIN:
PAGGAWA NG GLUTEN-FREE ALL-PURPOSE FLOUR BLEND
a) Pagsamahin at timpla ang mga sangkap sa isang 5 hanggang 6-quart na lalagyan na may takip. Tiyakin na ang mga harina ay lubusang pinaghalo sa pamamagitan ng pagbibigay sa lalagyan ng magandang pag-iling.
b) Huwag ipagpalit ang potato starch sa potato flour.
c) Kung pipiliin mo ang psyllium husk powder sa halip na xanthan gum, huwag iimbak ang kuwarta nang higit sa limang araw.
d) Kapag nagsusukat gamit ang US cup-measures, ilagay ang harina nang mahigpit sa tasa, na parang sinusukat mo ang brown sugar.

PAGHAHANDA NG GLUTEN-FREE MINI BAGUETTES
e) Sa isang 5 hanggang 6-quart na mangkok o gamit ang stand mixer, haluin ang harina, lebadura, asin, at asukal.
f) Magdagdag ng maligamgam na tubig (mga 100ºF), na nagpapahintulot sa masa na tumaas sa tamang punto para sa pagpapalamig sa loob ng humigit-kumulang 2 oras.
g) Gamitin ang paddle attachment ng mixer at haluin hanggang ang timpla ay napakakinis, mga isang minuto. Bilang kahalili, maaari mong ihalo nang lubusan sa pamamagitan ng kamay gamit ang isang kutsara o spatula sa loob ng isa hanggang dalawang minuto. Ang pagmamasa ay hindi kailangan. Ilipat ang pinaghalong sa isang takip (hindi airtight) na lalagyan ng pagkain.

h) Takpan ito ng angkop na takip o maluwag na may plastic wrap, siguraduhing hindi ito airtight. Hayaang tumaas ang timpla sa temperatura ng silid nang humigit-kumulang 2 oras, pagkatapos ay palamigin ito at gamitin sa loob ng susunod na 10 araw. Maaari mong gamitin ang isang bahagi ng kuwarta anumang oras pagkatapos ng unang 2-oras na pagtaas. Ang fully refrigerated dough ay hindi gaanong malagkit at mas madaling pamahalaan kaysa sa dough sa room temperature. Huwag suntukin ang kuwarta; ang hakbang na ito ay hindi kailangan sa gluten-free bread baking.

i) Sa araw na plano mong maghurno, kumuha ng 3/4-pound (malaking orange-size) na piraso ng kuwarta at ilagay ito sa isang balat ng pizza na inihanda na may maraming dami ng cornmeal o parchment paper. Gamit ang mga kamay na nilagyan ng harina, dahan-dahang hubugin ang kuwarta sa isang log o silindro na may bahagyang tapered na dulo. Pakinisin ang ibabaw gamit ang basang mga daliri. Pahintulutan itong magpahinga sa temperatura ng silid, maluwag na natatakpan ng plastic wrap o sa ilalim ng maluwang na nakabaligtad na mangkok, sa loob ng 40 minuto. Ang kuwarta ay hindi mukhang tumaas nang husto sa panahong ito, na normal.

j) Habang nagpapahinga ang kuwarta, painitin muna ang baking stone o baking steel sa gitna ng iyong oven sa 450ºF nang hindi bababa sa 30 minuto. Bilang kahalili, maaari mong painitin ang isang may takip na cast-iron sauté pan o Dutch oven sa 450ºF sa loob ng 45 minuto. Kung ginagamit mo ang bato o bakal, maglagay ng isang walang laman na metal na tray ng broiler sa istante sa ibaba nito upang lagyan ng tubig.

k) I-brush ang tuktok ng (mga) baguette ng isang egg white wash o plain water. Gamit ang isang basang may ngipin na kutsilyo, gumawa ng mga diagonal na hiwa na humigit-kumulang 1/2 pulgada ang lalim.

l) Maingat na i-slide ang (mga) baguette papunta sa preheated na bato. Mabilis at maingat na ibuhos ang 1 tasa ng mainit na tubig mula sa gripo sa metal na broiler tray at isara ang pinto ng oven upang mahuli ang singaw. Maghurno ng humigit-kumulang 40 hanggang 45 minuto, o hanggang sa ang mga baguette ay makapal na kayumanggi at matatag. Kung ginagamit mo ang paraan ng parchment paper, maaari mo itong gamitin bilang mga hawakan upang ibaba ang parchment na papel sa ibabaw ng kuwarta sa preheated pot. Takpan ang palayok at ilagay ito sa oven. Hindi na kailangan ng steam bath na may takip na palayok. Kung ginagamit mo ang preheated na sisidlan, tanggalin ang takip pagkatapos ng 30 minuto at maghurno para sa karagdagang 10 hanggang 15 minuto nang walang takip, o hanggang sa ang crust ay matingkad na kayumanggi.

m) Hayaang lumamig nang lubusan ang tinapay, humigit-kumulang 2 oras, sa wire rack.

n) Itago ang anumang natitirang kuwarta sa refrigerator sa iyong nakatakip na lalagyan o maluwag na nakabalot ng plastik. Sa unang dalawang araw sa refrigerator, hayaang nakabukas ang takip ng isang bitak upang payagan ang mga gas na makalabas kung ang iyong lalagyan ay hindi nailalabas. Pagkatapos, maaari mo itong isara. Tangkilikin ang iyong lutong bahay na gluten-free baguettes!

91. Rustic Mini Baguettes

MGA INGREDIENTS:
PRE-DOUGH:
- 40 gramo ng luma, tuyong tinapay
- 40 gramo ng harina ng tinapay
- 80 gramo ng tubig
- 1/4 kutsarita ng instant yeast (humigit-kumulang 0.6 gramo)

SOURDOUGH:
- 40 gramo ng harina ng rye
- 40 gramo ng tubig
- 4 gramo ng rye sourdough starter

PANGUNAHING DOUGH:
- 210 gramo ng harina ng tinapay
- 60 gramo ng harina ng rye
- 3/4 kutsarita (mga 1.6 gramo) ng instant yeast
- 7 gramo ng asin
- 125 gramo ng tubig
- Extra rye flour para sa pag-aalis ng alikabok

MGA TAGUBILIN:

a) Sa isang maliit na mangkok, pagsamahin ang 40 gramo ng luma, tuyong tinapay, 40 gramo ng harina, 0.6 gramo (1/4 tsp) ng instant yeast, at 80 gramo ng tubig.

b) Takpan ang mangkok na may plastic wrap at palamigin sa patunay sa loob ng 3 araw.

c) Isang araw bago maghurno, paghaluin ang 40 gramo ng rye flour, 40 gramo ng tubig, at 4 na gramo ng sourdough starter.

d) Takpan at hayaan itong umupo sa temperatura ng silid sa loob ng 16-20 oras.

e) Sa isang malaking mangkok, pagsamahin ang 210 gramo ng bread flour, 60 gramo ng rye flour, humigit-kumulang 1.6 gramo (3/4 tsp) ng instant yeast, at 7 gramo ng asin.

f) Paghaluin ang mga tuyong sangkap na ito nang lubusan.

g) Ilagay ang pre-dough, sourdough, at 125 gramo ng tubig sa tuyong harina.

h) Dahan-dahang pagsamahin ang lahat gamit ang iyong mga kamay, pagkatapos ay masahin sa ibabaw ng harina hanggang sa maging makinis ang masa, na tumatagal ng mga 10 minuto.

i) Ilipat ang minasa na kuwarta sa isang mangkok at takpan ito.

j) Hayaang tumaas ito ng kabuuang 90 minuto, ngunit tandaan na tiklop, suntok pababa, at tiklupin muli ang kuwarta pagkatapos ng unang 30 minuto at pagkatapos ay muli pagkatapos ng isa pang 30 minuto.
k) Pagkatapos ng 90 minuto, hatiin ang kuwarta sa 5 pantay na piraso, bawat isa ay tumitimbang ng mga 130 gramo.
l) Dahan-dahang patagin ang bawat piraso nang hindi nagpapalabas ng masyadong maraming hangin, at igulong ang mga ito sa mga cylindrical na hugis.
m) Ilagay ang mga bahagi ng kuwarta sa isang floured na tela, takpan ang mga ito ng isang tuwalya ng tsaa, at hayaan silang magpahinga ng 10 minuto.
n) Pagkatapos ng 10 minutong pahinga, gamitin ang iyong mga kamay upang hubugin ang bawat piraso ng kuwarta sa isang mini baguette, mga 9-10 cm ang haba. Maaari mong iwanan ang mga dulo na bilog o gawin silang matulis.
o) Alikabok ang bawat nabuong baguette nang sagana ng harina ng rye.
p) Ilagay ang mga ito sa crease-side UP sa isang floured cloth, takpan ng tea towel, at hayaang tumaas ang mga ito sa huling 30 minuto.
q) Samantala, painitin muna ang iyong oven sa 250°C/480°F. Ilagay ang steam pan sa ilalim na rack para sa susunod na pagbuo ng singaw. Maghanda ng kumukulong tubig na ibuhos para sa singaw.
r) Pagkatapos ng 30 minuto, dahan-dahang igulong ang mga baguette upang PABABA na ngayon ang gilid ng tupi.
s) Ilagay ang mga ito sa isang baking sheet at markahan ang bawat baguette ng tatlong halos patayong hiwa sa kuwarta.
t) Ilagay ang mga baguette sa oven at ibuhos ang tubig na kumukulo sa steam pan upang lumikha ng singaw.
u) Maghurno ng kabuuang 20 minuto, ngunit pagkatapos ng unang 10 minuto, alisin ang steam pan at bawasan ang temperatura sa 230°C/450°F.
v) Kapag ang mga baguette ay tapos na sa pagluluto, hayaan silang lumamig sa isang rack.
w) I-enjoy ang iyong homemade rustic mini baguettes!

92. Fresno Chile at White Cheddar Cornbread

MGA INGREDIENTS:
- Mantikilya, para sa pie pan
- 1¼ tasa (175g) all-purpose na harina
- ¾ tasa (130g) cornmeal
- 1 kutsara plus 2 kutsarita (25g) baking powder
- 1 medyo natambakan na kutsarita (7g) pinong sea salt
- 1 malaking itlog, pinalo
- 1 tasa (250g) buttermilk
- ¼ tasa (85g) honey o (50g) granulated sugar
- 2 kutsarang unsalted butter, natunaw
- ½ tasang sariwang butil ng mais (opsyonal)
- 1 Fresno o jalapeño chile, seeded at pinong tinadtad
- 2 kutsarang pinong tinadtad na sariwang perehil
- 8 ounces puting cheddar cheese, bagong gadgad

MGA TAGUBILIN:
a) Painitin muna ang oven sa 375°F. Pahiran ng mantikilya ang isang 9-pulgadang pie pan o cast-iron skillet.
b) Sa isang malaking mangkok, pagsamahin ang harina, cornmeal, baking powder, at asin. Haluin ito ng maigi hanggang sa maayos itong pinagsama. Idagdag ang itlog, buttermilk, honey, tinunaw na mantikilya, mais (kung ginagamit), chile, perehil, at kalahati ng cheddar. Tiklupin ang mga sangkap hanggang sa magkaroon ka ng pinag-isang, halo-halong batter. Medyo matigas, pero okay lang.
c) Ibuhos ang pinaghalong sa pie pan at gumamit ng kutsara o silicone spatula para pantayin ito ng kaunti. Itaas ito ng natitirang grated cheddar.
d) Ihurno ang cornbread hanggang sa lumabas na malinis ang isang cake tester o toothpick na ipinasok sa gitna at ang tuktok ay ginintuang kayumanggi, 25 hanggang 30 minuto. Kung tapos na ang loob ngunit gusto mong mas kayumanggi ang tuktok, maaari mo itong mabilis na tapusin sa ilalim ng broiler.
e) Alisin ang cornbread sa oven at hayaang magpahinga ng hindi bababa sa 15 minuto bago hiwain at ihain.

93. Matamis na Tinapay ng Mais

MGA INGREDIENTS:
- ½ tasa ng vegetable oil, at higit pa para sa pagpapadulas
- 3 tasang all-purpose na harina
- 1 tasang dilaw na cornmeal
- 1 tasa ng butil na asukal
- ½ tasang brown sugar
- 1 kutsarang baking powder
- 1 kutsarita kosher salt
- 4 katamtamang itlog
- 2½ tasa ng buong gatas
- 1 tasa (2 sticks) salted butter, pinalambot

MGA TAGUBILIN

a) Painitin muna ang oven sa 350 degrees F. Langis ng bahagya ang isang 9-by-13-inch na baking dish o isang 12-inch na cast-iron skillet.

b) Sa isang malaking mixing bowl, pagsamahin ang harina, cornmeal, sugars, baking powder, at asin. Kapag ang mga tuyong sangkap ay mahusay na naisama, idagdag ang mga itlog, gatas, mantikilya, at langis ng gulay. Paghaluin ang lahat hanggang sa ito ay pinagsama.

c) Ibuhos ang cornbread batter sa baking dish o kawali, at maghurno ng 35 hanggang 40 minuto. Ihain kasama ng Red Beans at Kanin.

94. Mga Hush Puppies

MGA INGREDIENTS:
- 1 tasang dilaw na cornmeal
- 1 tasang self-rising na harina
- 2 kutsarang butil na asukal
- 1 kutsarita ng bawang pulbos
- ½ kutsarita ng kosher na asin
- ½ kutsarita ng cayenne pepper
- 1 maliit na dilaw na sibuyas, pinong diced
- 3 hanggang 4 na berdeng sibuyas, pinong tinadtad
- 1 tasang buttermilk
- 1 itlog
- 2 tasang vegetable oil, para sa deep-frying

MGA TAGUBILIN

a) Sa isang malaking mangkok, pagsamahin ang cornmeal, harina, asukal, pulbos ng bawang, asin, at cayenne pepper. Haluin hanggang ang lahat ay walang bukol, pagkatapos ay idagdag ang mga sibuyas, buttermilk, at itlog. Paghaluin ang mga sangkap hanggang sa maayos, ngunit huwag mag-overmix.

b) Sa isang malaking kaldero sa katamtamang init, idagdag ang mantika. Kapag mainit na ang mantika, magsimulang magsandok ng humigit-kumulang 2 kutsara ng batter, 4 hanggang 5 hush puppies sa isang pagkakataon. Iprito ang mga hush puppies hanggang sa maging maganda ang kayumanggi, 3 hanggang 4 na minuto. Alisin ang mga ito mula sa mantika at ilagay ang mga ito sa isang plato na may linyang papel na tuwalya bago ihain.

95. Mga Wheat Buns

MGA INGREDIENTS:
- 2 tasa (500 ml) ng gatas, temperatura ng kuwarto
- 1¾ oz. (50 g) wheat sourdough starter
- 9½ tasa (1¼ kg) harina ng trigo
- 1 tasa (200 g) mantikilya
- ½ tasa (75 g) sariwang lebadura
- ½ tasa (165 g) puting syrup
- ½ oz. (15 g) ground cardamom
- 1 kutsarita (5 g) asin 1 itlog para sa pagsisipilyo ng pearl sugar para sa dekorasyon

MGA TAGUBILIN:
a) Paghaluin ang 1⅔ cup (400 ml) ng gatas sa sourdough at kalahati ng harina. Hayaang tumaas ng halos 1 oras.
b) Matunaw ang mantikilya at hayaang lumamig.
c) I-dissolve ang lebadura sa natitirang gatas. Kapag tapos na, idagdag ang lahat ng mga sangkap sa unang kuwarta at ihalo nang maigi. Masahin hanggang makinis.
d) Hugis ang kuwarta sa tatlumpu't limang buns at ilagay ang mga ito sa isang greased baking sheet. Hayaang tumaas ang mga ito sa ilalim ng isang tela hanggang sa madoble ang laki.
e) I-brush ang mga buns gamit ang pinalo na itlog at budburan ng kaunting pearl sugar. Maghurno sa 400°F (210°C) nang mga 10 minuto.

96. Keso cornbread

MGA INGREDIENTS:
- 3 tasang Stone ground yellow cornmeal
- 3 tasang harina na hindi pinaputi
- 2½ kutsarang Baking powder
- 2 kutsarang Asukal
- 1½ kutsarita ng Asin
- 5 Itlog
- ¾ tasa safflower o corn oil
- 3½ tasang Buttermilk
- 2 tasang Cheddar cheese matalas, ginutay-gutay

MGA TAGUBILIN:
a) Sa isang mangkok ng paghahalo, pagsamahin ang cornmeal, harina, baking powder, asukal at asin; haluing mabuti. Hiwalay na talunin ang mga itlog na may mantika at buttermilk.

b) Magdagdag ng keso sa pinaghalong cornmeal, sapat na pagpapakilos para maihalo nang mabuti ang lahat ng sangkap. Ilagay sa dalawang 8 x 12" na may mantika na baking pan.

c) Maghurno sa isang preheated na 425-degree na hurno sa loob ng 20 hanggang 25 minuto o hanggang ang cornbread ay kayumanggi sa gilid at matibay kapag hawakan. Gupitin sa mga parisukat at ihain nang mainit.

97. Pangunahing cornbread

MGA INGREDIENTS:
- 2 tasang cornmeal
- ½ tasa ng buong harina ng trigo
- ⅓ tasa ng harina ng oat
- ⅓ tasa ng harina ng Millet
- 4 na kutsarita ng baking powder
- 2 tasang gatas ng bigas
- 4 na kutsarang Frozen apple juice
- Concentrate, lasaw
- 3 kutsaritang Egg Replacer, pinalo na may 4 na Kutsarang tubig

MGA TAGUBILIN:
a) Painitin ang hurno sa 375 degrees. Paghaluin ang cornmeal, flours at baking powder at itabi. Paghaluin ang natitirang mga sangkap at ibuhos ang mga tuyong sangkap. Tiklupin sandali. Ibuhos sa isang nonstick na 8-inch square pan.

b) Maghurno ng 30 minuto, o hanggang sa lumabas na malinis ang isang toothpick na ipinasok sa gitna.

KONGKLUSYON

Habang kami ay nagpapaalam sa culinary voyage sa loob ng "Ang sarap ng soup, sabaw, at bread cookbook" napupuno ang aming puso ng pasasalamat para sa pribilehiyong maging bahagi ng iyong kusina. Inaasahan namin na ang 100 masaganang recipe na ito ay hindi lamang pinalamutian ang iyong mesa ngunit hinabi din ang kanilang mga sarili sa tela ng iyong tahanan, na lumilikha ng mga alaala na kasingyaman at kasiya-siya gaya ng mga lutuin mismo.

Ang cookbook na ito ay higit pa sa isang gabay; ito ay isang kasama sa iyong paglalakbay sa paglinang ng kusina na humihinga ng init at pagpapakain. Habang ninanamnam mo ang mga huling kutsara at kagat ng iyong mga paboritong mangkok, nawa'y ang nalalabing lasa ay magpapaalala sa iyo ng kagalakan na dulot ng pagyakap sa mga simpleng kasiyahan ng lutong bahay na comfort food.

Salamat sa pagyakap sa nakakaantig na mundo ng mga bowlful sa amin. Hanggang sa muling magtagpo ang aming mga landas sa pagluluto, nawa'y mapuno ang iyong tahanan ng kaaya-ayang aroma ng mga kumukulong kaldero, ang kaginhawahan ng mga pinagsamang pagkain, at ang walang hanggang init na nagmumula sa paggawa at sarap ng mga pampalusog na pagkain. Maligayang pagluluto at nawa'y laging puno ng pagmamahal at lasa ang iyong mga mangkok!

www.ingramcontent.com/pod-product-compliance
Lightning Source LLC
Chambersburg PA
CBHW071317110526
44591CB00010B/925